नवी स्त्री म्हणून पुनर्जन्म लाभलेल्या संन्यासिनीची कहाणी.

— **सौम्यदिप्त बॅनर्जी**

अनू अगरवाल यांनी उलगडली कार अपघात, कोमा, आयुष्य व प्रेम यांची कहाणी.

— **द गाइड**

मृत्यूच्या दारातून परतलेल्या मुलीची स्मरणगाथा

— **संजुक्ता शर्मा**

अनू अगरवालची 'अनूप' कथा.

— **शर्मिला भौमिक**

विलक्षण 'अनू'भव.

— **वाचक**

Expect the unusual

— **दिग्दर्शक महेश भट्ट**
या पुस्तकाच्या इंग्रजी आवृत्तीच्या प्रकाशन प्रसंगी.

अनू अगरवालची जगावेगळी गोष्ट

— **महाराष्ट्र टाइम्स २९.९.२०१९**

'anusual' या इंग्रजी पुस्तकाचा अनुवाद

'अनू'प

कहाणी एका स्त्रीच्या आत्मशोधाची

अनू अगरवाल

अनुवाद
सुप्रिया वकील

मेहता पब्लिशिंग हाऊस

◆ *या पुस्तकातील लेखकाची मते, घटना, वर्णने ही त्या लेखकाची असून, त्याच्याशी प्रकाशक सहमत असतीलच असे नाही.*

'anusual' by ANU AGGARWAL
First Published in Marathi by Mehta Publishing House,
By Arrangement with HarperCollins Publishers India Limited
© Anu Aggarwal 2015
Translated into Marathi Language by Supriya Vakil

'अनू'प / अनुवादित अनुभवकथन

अनुवाद   : सुप्रिया वकील

author@mehtapublishinghouse.com

मराठी अनुवादाचे व प्रकाशनाचे हक्क मेहता पब्लिशिंग हाऊस, पुणे.

प्रकाशक : सुनील अनिल मेहता, मेहता पब्लिशिंग हाऊस,
           १९४१, सदाशिव पेठ, माडीवाले कॉलनी, पुणे - ३०.

मुखपृष्ठ   : मेहता पब्लिशिंग हाऊस

प्रथमावृत्ती : ऑगस्ट, २०१९

P Book ISBN 9789353172541
E Book ISBN 9789353172558
E Books available on : play.google.com/store/books
                        www.amazon.in

दोन शब्द

इ.स. १९९० च्या सुमारास 'आशिकी' चित्रपटाद्वारे यशस्वी पदार्पण करून नंतर 'सुपर मॉडल' ठरलेली लक्षवेधी अभिनेत्री अनू अगरवाल तितक्याच अचानकपणे सिनेजगतापासून दूर गेली. तिची फिल्मी कारकीर्द बहरत असतानाच अचानकपणे ती योगाभ्यासाकडे वळली आणि तिच्या आयुष्याला पूर्णपणे वेगळे वळण मिळाले. या योगाभ्यासाच्या प्रवासादरम्यानचे महत्त्वाचे प्रसंग, काही कडू-गोड अनुभव, त्यानंतरचा भयानक अपघात, हाडांच्या जवळपास ठिकऱ्या उडाल्या असतानाही कोमातून तिचे परतणे, त्यानंतर तिचे संन्यास घेणे या साऱ्यांचे विवरण तिच्या प्रकाशित झालेल्या 'ॲन्युजुअल' या पुस्तकात येते.

साधारणतः फिल्मी नटीचे आत्मचरित्र म्हटल्यानंतर तिच्या फिल्म करिअरबद्दल किंवा वैयक्तिक आयुष्याबद्दल काही चटकदार किस्से वाचायला मिळतील असा आपला कयास असतो; पण या पुस्तकातून अनूचे एक वेगळे रूप आपल्यासमोर येते. सामाजिक व मानसिक अशा दोन्ही स्तरांवर संवेदनशील असलेली अनू मनस्वी आत्मशोधी, स्वतःचे निर्णय ठामपणे, धाडसीपणे घेणारी आहे.

मूळची दिल्लीची असलेल्या अनूने 'सोशिऑलॉजी' या विषयातून महाविद्यालयीन शिक्षण पूर्ण केले. त्यानंतर UNHCR व एक पाकिस्तानी समाजसेवी संस्था यांच्याबरोबर तिने अफगाण निर्वासित जामा मशिदीतील मुस्लीम स्त्रिया इत्यादींच्या सामाजिक प्रश्नांवर काम केले. हे सर्व करत असताना, एके काळी कथक नृत्याचे शिक्षण घेतलेली अनू नृत्य-नाट्य-कलाक्षेत्रापासून दूर होत गेली. एका जर्मन एनजीओबरोबर काम करण्याच्या विचारात असतानाच 'गोदरेज मार्वल' साबणाच्या जाहिरातीसाठी तिची निवड झाली. जाहिरातींच्या भंपकपणावर विश्वास नसलेली अनू या क्षेत्रापासून काहीशी दूरच होती; परंतु त्या वेळी आघाडीवर असलेल्या मॉडलपेक्षाही जास्त पैसे देऊ केल्याचा आरोप असतानाच तिने ही जाहिरात स्वीकारली. त्यानंतरच्या कालावधीत ती एक 'सुपरमॉडल' म्हणून उदयाला आली.

तिच्या निष्पाप, काहीशा गूढ सावळ्या सौंदर्यामुळे ती सतत चर्चेत राहिली. याच दरम्यान तिला 'आशिकी' चित्रपटासाठी विचारणा करण्यात आली. अंतर्मुख होऊन स्वतःचे स्वतंत्र अस्तित्व जपू पाहणारी 'आशिकी'ची नायिका अनूला आवडली. तिने या चित्रपटासाठी कोणतेही कृत्रिम लुक्स नाकारले असतानाही, आपल्या नैसर्गिक अभिनयामुळे अनू 'वनटेक आर्टिस्ट' म्हणून गाजली. त्यानंतर काही व्यावसायिक तर काही वेगळ्या धाटणीचे (उदा. खलनायिका, द क्लाउड डोअर इ.) बिनधास्त चित्रपट तिने केले; पण लवकरच या फिल्मी मायाजालाचा उबग येऊन योगायोगाने ती विपश्यनेकडे वळली. हळूहळू भौतिक जगापासून लांब जात आत्मशक्ती शोधण्याच्या प्रयत्नात असलेल्या अनूला 'स्वामीग्ली'नी तांत्रिक योगाच्या वाटेवर नेले. तंत्रयोगात पूजनीय असलेल्या मातंगी देवीची उपमा देत स्वामीग्लींनी तिला तांत्रिक योगाच्या परमोच्च बिंदूचा अनुभव दिला आणि ती त्यांची प्रिय शिष्या 'आनंदप्रिया' झाली; पण त्यांच्या आश्रमातही मत्सराचा बळी ठरल्यानंतर ती मुंबईत आली आणि त्यापाठोपाठ तिला एक भयंकर अपघात झाला. या अपघातात तिच्या हाडांचा अक्षरशः चक्काचूर झाला आणि ती कोमातही गेली. त्या वेळी अनूचे जवळजवळ निष्प्राण झालेले शरीर वेगळे आणि तिचा आत्मा वेगळा असा काहीसा विलक्षण, अविश्वसनीय वाटणारा आध्यात्मिक अनुभव तिने घेतला आणि अपघातातून सावरल्यावर तिने संन्यासाश्रम स्वीकारला.

या सर्व प्रवासादरम्यानची मानसिक तगमग, मनःशांतीचा अव्याहत शोध यांचे प्रामाणिक कथन या पुस्तकात जाणवते. तंत्रयोग अभ्यासत असतानाचा लैंगिक स्तरावरचा अनुभवही अनूने धीटपणे आणि पारदर्शीपणाने मांडला आहे. काही आठवणी 'कोमा'मुळे तुकड्यातुकड्यांमध्ये, काहीशा हतबलपणाने येतात; पण आपल्याच व्यक्तिमत्त्वाकडे त्रयस्थपणे बघण्याचा, योगिक शक्ती जागृत झाल्यामुळे (इतर अनेक उल्लेखांतूनही व्यक्त होणारा) आलेला अनुभव जसा अनूला अचंबित करतो तसा तो आपल्यालाही चकित करतो. काही कटू अनुभवांनंतरही किंवा ऐन प्रसिद्धीच्या झगमगाटातही आपली मनस्वी वृत्ती न विसरणारी अनू, तिच्या स्थिर बुद्धीमुळे आणि आध्यात्मिक मनःशक्तीमुळे एखाद्या योगिनीच्या स्तरावर जाऊन पोहोचल्याचे जाणवते. एकीकडे चित्रपटसृष्टीतील तिच्या भूमिकांचा प्रवास व दुसरीकडे तिची योगसाधना या दोन्ही गोष्टी पुस्तकात समांतरपणे पुढे जात राहतात. सरळ लेखनशैली, प्रामाणिक आत्मकथन यामुळे हे पुस्तक वाचकाला एका वेगळ्या, उत्कंठापूर्ण वाचनाचा आनंद देते.

– सुप्रिया वकील

अनुक्रमणिका

उपोद्घात

त्या रात्री मी जवळजवळ संपलेच होते. मी जिवंत आहे, हा मुंबईच्या ब्रीच कॅन्डी हॉस्पिटलमधल्या डॉक्टरांना अजूनही चमत्कारच वाटतो. माझ्या छिन्नविच्छिन्न देहातून, भळभळणाऱ्या मेंदूतून आणि अंगावरील सुया व टाक्यांच्या असंख्य खुणांमधून मला जे 'प्रेम' गवसलं, त्याबद्दल तुम्हाला सांगण्यासाठी मी जगले आहे.

परिवर्तन, पुनर्जन्म, पुनरुज्जीवन, आंतरिक परिवर्तन.

अनू-अ-न्यू. अ-न्यू-अनू. एए.

ही कहाणी आहे, देहाचे लक्षावधी तुकडे झालेल्या स्त्रीची. पण ती जिवंत आहे... तिने तिचे विखुरलेले सगळे भाग जिग सॉ पझल जुळवावं तसे पुन्हा कसे एकत्र आणले, ते या पुनर्जुळणीबद्दल सांगण्यासाठी. 'दुसऱ्या' आयुष्याबद्दल 'जीवन २' बद्दल सांगण्यासाठी.

पण हा भयंकर आघात कशाचा होता?

माझा फक्त एक तुकडा हवा असलेल्या चाहत्यांच्या गर्दीला तोंड देण्याचा? आणि धिप्पाडच्या धिप्पाड अंगरक्षकांनी पिसासारखं उचलून नेताना वर उंच तरंगण्याचा? का, अवकाळी पावसात भरधाव वेगानं धावणाऱ्या आणि जेम्स बॉन्डसारखं गर्रकन ३६० अंशांचं वळण घेऊन, मुंबईच्या समुद्रकिनाऱ्यावरील वाळूच्या चिखलात आदळून, फुग्यातली हवा गेल्यावर तो चपटा व्हावा, तशा चपट्या झालेल्या कारमध्ये अडकलेल्या माझ्या देहाची काचा आणि धातूनं चाळण झाल्याचा?

का 'सुपरयोगी' परमहंसांच्या अद्भुतरम्य व आध्यात्मिक संमोहनाच्या

अनुभूतीचा... भौमितिक प्रतिमा, तेजस्वी प्रकाश, ध्वनिकंपने यांच्यासोबतीनं...
निषिद्ध क्षेत्रात सेक्स करण्याप्रत पोहोचल्याचा?
सर्वत्र फक्त प्रेमच आहे.

कोण आहे ती मुलगी?

दिवस १९८७ सालच्या वसंतातील. दुपार कलायला आली होती. जॉझ ड्रमवादक रिकला त्याचं हृदय नव्या ठेक्यावर धडधडल्यासारखं वाटलं. त्यानं श्वास रोखून त्या मुलीकडे पाहिलं... त्याच्या मनात थरार उसळला होता. ती... दुसऱ्या गावाहून आली होती. काहीशी गूढ वाटणारी. तिचे रुंद खांदे जुनी व्हिक्टोरियन कल्पना मानत नव्हते... उतरते अरुंद खांदे असलेल्या स्त्रीला सुंदर मानण्याची कल्पना.

तिच्या नाजूक पण ठाम गळपट्टीवर उभ्या असलेल्या चेहऱ्यात रेखीव नाकडोळे, हनुवटीची सुस्पष्ट रेखा आणि गालाजवळची उठावदार हाडे यांचा विलक्षण सुंदर मिलाफ होता. 'गोरे ते सुंदर' या भारतातील मूलभूत संकल्पनेच्या विरुद्ध असणाऱ्या तिच्या कोमल त्वचेचा पोत सावळ्या रंगानं उजळला होता.

घेरदार राजस्थानी घागरा आणि पांढराशुभ्र, तलम, लांब बाह्यांचा टी-शर्ट घातलेल्या त्या मुलीनं चांदीची भारदस्त आभूषणं घातली होती... किणकिणती. तो मुंबईच्या कार्टर रोडवरील त्या आवारात बसला होता. त्याच्या मनात आलं : 'ती जिप्सी... सूफी... भटकी आहे? कोण आहे ती मुलगी?' ती पाइन वृक्षासारखी उंच... कमनीय होती. तिचा लांबसडक, उंची पश्मिना सिल्कसारखा केशसंभार तिच्या घाटदार पाठीवर रुळत होता. तिचं हास्य काहीसं पुरुषी होतं... खर्जातलं! स्वातंत्र्याचं मोहक गीत. ती समोर आली ती मुक्त रूपात... चाकोरीच्या चौकटीबाहेर.

तू मला आवडली आहेस, अनू... त्याच्या मनात आलेला विचार त्यानं शब्दांत गुंफला नाही... एक नवा बंध जुळत होता.

टेरेसवर नारळाच्या झाडाखाली गप्पा मारताना त्याच्या लक्षात आलं की, ती पार्टीचा बेरंग करणारी वाटत नव्हती. उलट खुलेपणानं त्यात सहभागी होणारी

होती. दॅट्स कूल... रिकच्या मनात आलं.

तिचे हरणाचे डोळेच बोलके होते... ती खूप कमी बोलत होती. ते तिच्या धीट, स्पष्टवक्त्या चालण्याबोलण्याशी विसंगत वाटत होतं. त्यानं अशी उत्कट नृत्यांगना कधीच पाहिली नव्हती. त्याला सर्वांत भिडला तो त्या तरुणीचा दुर्मिळ आत्मविश्वास. स्टीली डॅनचं 'हे नाइन्टीन! नाऊ वी कॅन लिव्ह टुगेदर' हे गाणं त्याच्या संगीतमय मनात वाजू लागलं.

त्याचा मित्र आदित्यच्या ब्रिटिशकालीन 'गोल्डमिस्ट' घराला नवी, पागल, जादुई झळाळी चढली होती. संधिकाली सोनेरी-केशरी रंगात फुलपाखरं भिरभिरत होती. दोन हरवलेली प्रेमपाखरं एकमेकांच्या सुरात सूर मिसळून किलबिलत होती.

चाफ्याचं प्रेम – जास्वंदी प्रेम.

☙

आदित्य एका मित्राच्या लग्नासाठी दिल्लीत आला होता. सकाळी लग्न आटोपल्यानंतर तो दिल्ली विद्यापीठात त्याच्या मैत्रिणीला भेटायला गेला. तिच्या कॉर्पोरेट क्षेत्रात काम करणाऱ्या वडिलांची नुकतीच मुंबईहून दिल्लीला बदली झाली होती. निळी जीन्स घातलेला आदित्य, जाडजूड बूट घालून काहीसा अवघडल्यासारखा चालत होता. त्याच्या खांद्यावरच्या चामडी स्लिंगबॅगची रंगछटा त्याच्या जेल लावून बसवलेल्या अक्रोडी-तपकिरी केसांच्या रंगछटेपेक्षा थोडी गडद होती.

"तू ज्या पद्धतीनं फील्डवर्क करतेस, ज्या पद्धतीनं शिक्षकांना प्रश्न विचारतेस, ते मला खूप आवडतं... मी तुझी फॅन आहे, अनू," गौरी कौतुकानं म्हणायची.

गौरी स्कूल ऑफ सोशल वर्कमध्ये मला ज्युनिअर होती. ती पहिल्या वर्षाची विद्यार्थिनी होती.

"मागच्या वर्षी तू जशी पहिली आली होतीस, तसं मला पहिलं यायचं आहे."

उत्तर भारतातील तळपत्या उन्हात डोळे किलकिले करून गौरी उत्साहानं माझ्या दिशेनं धावत आली आणि माझी मोठ्या अभिमानानं त्याच्याशी ओळख करून दिली :

"अनू! हा आदित्य. माझा मुंबईचा मित्र."

गौरीचा आयुष्याबद्दलचा उत्साह विलक्षण होता. कर्नाटकी शैलीच्या हिंदुस्थानी शास्त्रीय संगीताचं शिक्षण घेतलेली गौरी डोसेही उत्तम बनवायची, पण पुरुषांच्या बाबतीत मात्र ती कमनशिबी होती.

त्या दिवशी, मी स्कूल ऑफ सोशल वर्कच्या बाहेर पदपथावर उभी राहून घरी जाण्यासाठी बसची वाट बघत होते, पण बस आलीच नाही.

आदित्य अत्यंत प्रामाणिक वाटला. त्याचा मनमोकळा स्वभाव आणि पुरुषार्थाचा

आव न आणता वागणं... आपली त्याच्याशी गट्टी जमणार हे मी ओळखलं होतं. संगीतप्रेमी आदित्य नुकताच फोटोग्राफीत उतरला होता. त्यानं काढलेली मुंबईच्या 'कन्कॉक्शन' जॅझ बॅन्डची कृष्णधवल प्रकाशचित्रं अगदी आस्थेनं दाखवली. याच जॅझ बॅन्डमध्ये रिक ड्रमवादक होता.

मी मुंबईत आदित्यच्या ब्रिटिशकालीन घरी पहिल्यांदा गेले, त्या सायंकाळी ती चित्रं माझ्यासमोर जिवंत झाली. रिकच्या अंगावर त्यातलाच ड्रेस होता... पांढरी काळ्या चौकड्यांची पॅन्ट, बहुधा त्याची आवडती असावी. आत्ता त्याचा जड, पुरुषी स्वर ऐकायला मिळाला होता.

मी अखेर आदित्यचं आमंत्रण स्वीकारलं होतं. महिला सबलीकरणासंदर्भात काम करण्यासाठी एका जर्मन एनजीओत रुजू होण्याआधी मी दहा दिवसांच्या सुट्टीवर आले होते. ही एनजीओ दिल्लीत एक नवा कार्यक्रम सुरू करणार होती. जामा मशिदीतील मुस्लिम स्त्रियांचं आयुष्य सुधारण्यासाठी मी एका पाकिस्तानी एनजीओसोबत केलेल्या कामामुळे प्रभावित होऊन त्यांनी मला नोकरी देऊ केली होती. माझ्या सामाजिक सहकार्यविषयक कौशल्याला धार चढवण्यासाठी मी 'युनायटेड नेशन्स हाय कमिशन फॉर रेफ्यूजी' (यूएनएचआर) सोबत अफगाण शरणार्थींना मायदेशी रवाना करण्यासंदर्भातील कार्यक्रम आखण्यात स्वयंस्फूर्तीने साहाय्य केले होते. त्यामुळे मी स्कूल ऑफ सोशल वर्कमधील एक खास विद्यार्थिनी बनले होते आणि मला मास्टर्स डिग्री मिळण्याआधीच (पहिल्या वर्षी मला फील्डवर्कमध्ये सर्वाधिक मार्क्स मिळाले होते.) नोकरीचा प्रस्ताव मिळाला होता. मी थरारून गेले होते... खास करून, यूएनपेक्षा या जर्मन एनजीओनं आर्थिक मोबदला अधिक देऊ केल्यामुळे.

॰॰

आदित्यच्या चित्रासारख्या, कलात्मक बेडरूममध्ये मुंबईत माझ्याजवळ असलेलं सगळं काही एकवटलं होतं. निळ्या काचेच्या खिडकीतून बाहेरचा उधाणलेला समुद्र दिसत असे. जमिनीवरच्या मरून टाइल्सवर पडलेल्या माझ्या लष्करी हिरव्या पिशवीत तीन सुती कपड्यांचे जोड, पाब्लो नेरुदांचा काव्यसंग्रह, त्यात खुणेसाठी घातलेला शुष्क गुलाब, चांदीचे किरकोळ दागिने, खासगी डायरी, घरी बनवलेलं तिळाचं तेल, माँनं बदाम जाळून केलेलं काजळ, जलरंग, भाजीपाल्याच्या धाग्यांपासून बनवलेले कला-कागद आणि मी पदवीधर झाले तेव्हा मला मिळालेल्या सरकारी शिष्यवृत्तीच्या पैशांपैकी उरलेले आठशे रुपये होते. (बाकीचे पैसे दिल्ली-मुंबई विमानप्रवासाच्या इंडियन एअरलाइन्सच्या तिकिटासाठी आणि दिल्लीच्या परतीच्या प्रवासाकरिता रेल्वेच्या तिकिटासाठी खर्च झाले होते.)

ती जादुई संध्याकाळ होती. आदित्यच्या कॉबल-स्टोन्ड टेरेसवर दुर्मिळ रोपं,

पानं आणि फुलं बहरली होती. हा बहर त्याच्या कलावंत वडिलांमुळे होता. ते रोज सकाळी या बागेला पाणी घालत असत. त्यांची ही आत्मीयता फक्त झाडा-रोपांपुरतीच मर्यादित नव्हती, त्यांच्या संवेदनशील स्वभावाची चांगली ओळख झाल्यावर माझ्या ते लक्षात आलं.

मी मुंबईच्या समुद्रात बुडणाऱ्या सूर्याचे विभ्रम पाहत होते. मावळतीच्या रंगछटा झपाट्यानं बदलत होत्या... सोनेरी झळाळी केशरी रंगात परिवर्तित झाली होती आणि तितक्यात माझ्या कानावर आवाज आला :

''इथे राहायला ये.''

आणि अकस्मात, आकाशात रुपेरी किनार उमटली. मावळत्या सूर्यकिरणांना जडलेली ती रुपेरी रंगछटा विलक्षण दिसत होती.

आदित्यचे वडील म्हणजे फिल्म जगतातले जाणते व्यक्तिमत्त्व – बासूदा. त्यांना सत्यजित रे फिल्म फेस्टिव्हलची कॉम्प्लिमेन्टरी तिकिटे मिळाली होती. त्यामुळे आम्हाला त्या फेस्टिव्हलला जाता आलं. आदित्य आणि त्याची गर्लफ्रेंड संजना दोघंही मला आळीपाळीनं तिथे आवर्जून नेत होते. तिथे माझी त्यांच्या विविध कलावंत मित्रमैत्रिणींशी– चित्रकार, लेखक, संगीतकार, नर्तक अशा लोकांशी ओळख करून देत होते. मुंबई माझ्यातील कलावंताला जागं करत होती. मला नाटकात काम करून युगं लोटल्यासारखं वाटत होतं. मी तर रंगभूमी हा शब्दही विसरून गेले होते. मी सातव्या वर्षापर्यंत प्रशिक्षित कथ्थक नृत्यांगना असले तरी, पायात अखेरचे घुंगरू कधी बांधले होते तेही मला आठवत नव्हतं.

मुंबईत घालवलेला तो आठवडा वेगवेगळ्या कारणांमुळे अस्तित्वाच्या नव्या प्रतलावर प्रवेश करणारा ठरला.

आठवड्याभरानं, मी गोल्डमिस्टमध्ये तळलेल्या बंगाली भेंड्यांचा आस्वाद घेत बसलेली असताना, रिक माझ्यासमोर येऊन बसला. गडद-करड्या चौकड्यांची पॅन्ट आणि खांद्यापर्यंत रुळणारे काळेभोर केस अशा रूपातल्या रिकचा आविर्भाव एखाद्या राजकुमारासारखा होता. साम्राज्य गमावलं तरी शाही उर्मटपणा टिकवून ठेवलेला. त्याचे प्रश्नार्थक डोळे विस्फारले होते... जणू तो कुठला ड्रम संच विकत घ्यावा हे ठरवत असावा.

''तू इथे आलीस तर फोन कर,'' तो म्हणाला, ''मी वूडस्टॉक रोड, कफ परेडला राहतो.''

सहा महिन्यांपूर्वी, अठ्ठावीस वर्षीय रिकला हृदयविकाराचा जबर झटका आला होता, कोकेनच्या ओव्हरडोसमुळे. बॅन्डमधल्या इतरांसोबत कोक हुंगत असताना, अचानक त्याला श्वास घ्यायला त्रास होऊ लागला आणि त्याची शुद्ध हरपून तो कोसळला. आयुष्यावर प्रेम करणाऱ्या रिकच्या मनात भय, दुःख आणि निराशा

यांनी परस्परांशी स्पर्धा असल्यासारखा फेर धरला. त्यानं ड्रमस्टिक्सनं कधी इतका जोरात ठेका धरला नसेल इतकी त्याच्या हदयाची गती होती.

अणि झालं. एका रात्रीत तो सगळ्या व्यसनांतून बाहेर पडला... अगदी कॅफिनच्यासुद्धा.

आत्ता, कार्टर रोडवर आम्ही दोघं शुद्ध पाणी पीत बसलेलो असताना तो व्यसनी असेल याची मला कल्पनासुद्धा करता येत नव्हती. पण त्याचा व्यसन लावून घेण्याचा स्वभाव अंगभूत होता. लवकरच तो त्याच्या प्रेमाच्या आहारी जाणार होता... त्याच्या 'लव्ह ऑफ लाइफ'च्या... म्हणजेच माझ्या! आणि मग पीनट बटरच्या... ज्यानं त्याच्या देहात काही नकोशा कॅलरीजची भर घातली.

दिल्लीत मी व्यसनमुक्ती केंद्रात रुग्णांचं समुपदेशन केलं होतं. आता मला रिकमध्ये असा रुग्ण आढळला, ज्यानं त्याचं व्यसन उत्तमरीत्या हद्दपार केलं होतं.

तेव्हा आम्ही परस्परांना अगदी अनुरूप होतो आणि दिल्ली मुंबईपासून टिम्बक्टूइतकी दूर वाटत होती.

त्या वेळी मला हा 'योग' घडणं किती अशक्य आहे हे माहीत नव्हतं : मी दिल्लीला जाणार होते, पण माझी ट्रेन थोडक्यात चुकली. अगदी सिनेमातल्यासारखं घडलं... मी स्टेशनच्या प्लॅटफॉर्मवर असाहाय्यपणे उभी राहून जाणारी ट्रेन पाहत राहिले.

– थांब अनू, थांब, कर्मॉन, इथेच राहा!

रिक मी मुंबईत राहावं यासाठी आग्रही होता, पण जर्मन एनजीओ माझी वाट बघत होती. मीही शक्य तितक्या लवकर दिल्लीला परत जाऊन तिथे रुजू व्हायचं यावर अडून होते. मग मी मे महिन्याच्या तळपत्या उन्हात स्टेशनवर पुढच्या ट्रेनचं तिकीट काढायला गेले. उन्हाळ्याच्या सुट्टीतल्या गर्दीमुळे लवकरात लवकरचं तिकीटसुद्धा एक महिन्यानंतरचं मिळालं. रिक मला निरोप द्यायला व्हिक्टोरिया टर्मिनसवर आला होता. त्यानं मला माझ्या सामानासह त्याच्या घरी नेलं. त्याच्या आईनं माझं स्वागत केलं.

''तू अगदी मर्लिन मन्रोसारखी दिसतेस!''

कॉलेजमध्ये असताना वाचलेल्या एका तिबेटी वचनाचा अर्थ मला माझ्या प्रत्यक्ष अनुभवातून समजला होता :

'सारे काही अज्ञात आहे.'

☙

मग मी वुडस्टॉक रोडवरच्या त्यांच्या घरी राहू लागले. महिन्याभराचा अतिशय रम्य काळ झर्रेकन संपला.

मुंबई शहराच्या वेगाशी मी जुळवून घेऊ लागले होते. इथे माझ्यासारखा

पोशाख कुणी करत नसे. बहुतांश लोकांना मी चमत्कारिक किंवा रूढीमुक्त किंवा आणखी काही वाटले तरी मला त्याची पर्वा नव्हती. मी अत्यंत गरिबीत जगणाऱ्या लोकांच्या काळजात डोकावलं होतं. मी त्यांचं निर्मळ हास्य पाहिलं होतं. 'पैसा' आणि 'क्लास' यामुळे येणारा उर्मटपणा मला आवडत नसे.

दिल्लीत लोकांचं जीवनमान सुधारण्यासाठी बारा-बारा तास काम करताना मी माझ्यातला कलात्मक पैलू विसरूनच गेले होते... रंगभूमीवर अभिनय करणं, नृत्य करणं. माझा शेवटचा कार्यक्रम म्हणजे आनंद शंकर यांच्या 'ईस्ट मीट्स वेस्ट' संचातील सहभाग. आता आयुष्यात पुढच्या टप्प्याचा शोध सुरू झाला होता. मी ठरवलं की, समाजसेवा थांबवायची. त्या वेळी माझ्या लक्षात आलं नव्हतं की, ग्लॅमरच्या झगमगाटाशी माझं समाजकार्य आपोआप गुंफलं जाणार आहे.

मी केलुचरण महापात्रांना पत्र लिहायचं ठरवलं. मला ओडिसी या शास्त्रीय नृत्यप्रकाराद्वारे भारतीय शास्त्रीय नृत्याचा अभ्यास करायचा होता.

पण जेव्हा तो क्षण आला, तेव्हा रिकबाबा लहान मुलासारखा रडू लागला.

–"प्लीज जाऊ नकोस... नंतर जा."

माझ्या आयुष्यात, मी वयानं मोठ्या माणसाला माझ्यासाठी रडताना कधी पाहिलंच नव्हतं. त्यामुळे, आणि त्याच्या मोहक आत्मीयतेमुळे मी विरघळले. रिकच्या उदार काळजानं माझा ठाव घेतला होता. माझी ओडिसी नृत्य शिकण्याची ऊर्मी विरून गेली. ठीक आहे. नंतर.

आणि ते 'नंतर' कधी आलंच नाही.

पुढच्या महिन्यात, वेड्यासारखी गर्दी असलेल्या उपनगरी रेल्वेच्या पश्चिम मार्गावर, चर्चगेट स्टेशनवर, धो धो पावसात एका 'टॅलन्ट स्काउट'नं मला हेरलं आणि तो उद्गारला,

"यू आर अ मॉडल!"

मी कुठल्याही उत्पादनाची भलावण करण्याच्या विरुद्ध होते. अतिशयोक्त पद्धतीनं जाहिरात करणं, प्रत्यक्षात जे असेल त्यापेक्षा मोठमोठ्या गोष्टींचे दावे करणं माझ्या स्वभावात बसत नव्हतं. शिवाय, मी लहानाची मोठी झाले होते ती या विचारानं की :

मला चेहरा वापरायची गरज नाही. मला डोकं वापरून काम करता येतं.

त्या वेळी भारतात 'एलीट' सारख्या मॉडलिंग एजन्सीज नसल्यामुळे जाहिरात-कंपन्या माझ्या मागे लागल्या. त्यांचे फोन घेण्याबाबतची माझी नाखुशी रिक बघत होता. कुत्र्यानं हाडाच्या मागे लागावं, तसे ते माझ्या मागे लागले होते.

"त्यांचं ऐकून तरी घे, ते काय म्हणत आहेत ते तरी बघ. त्यात तुझं काय जाणार आहे? 'हो' म्हणायचं की 'नाही' हे तूच ठरवणार आहेस."

मग मी त्यांना भेटायला तयार झाले.

'मुद्रा' या एजन्सीला पहिल्याच भेटीत मी अव्वाच्या सव्वा पैसे मागितले... जाहिरात टाळण्यासाठी. हा दर त्या वेळच्या कुठल्याही टॉप मॉडलला मिळण्याच्या पैशांपेक्षा जास्त होता.

पण त्यांनी तेवढे पैसे द्यायचे कबूल केलं आणि मी गारच झाले. शेवटी जाहिरात आली : गुलाबी साबणाच्या फेसाळ बुडबुड्यांनी माझ्या नितळ, सावळ्या त्वचेचं आरसपानी सौंदर्य ठळक दाखवलं.

लोकांनी उत्तम खपाच्या गोदरेज मार्क्ल साबणाची जाहिरात पाहिली आणि रिकनं अनूला पहिल्यांदा पाहिलं होतं तेव्हा जो प्रश्न विचारला होता, तोच प्रश्न विचारला,

–''कोण आहे ती मुलगी?''

त्या पहिल्याच जाहिरातीनं माझं सर्वाधिक पसंती असलेल्या व दणदणीत मानधन घेणाऱ्या मॉडल्सच्या पंक्तीत स्थान निश्चित केलं. भारतात त्या दरम्यान 'सुपरमॉडल' हा शब्द नुकताच माहीत होऊ लागला होता. १९८८ साली, 'सोसायटी' या मासिकानं त्यांच्या मुखपृष्ठावर माझा तंग, निळ्या जीन्समधला फोटो टाकून त्याला शीर्षक दिलं होतं – 'इंडियाज फर्स्ट सुपरमॉडल'. मासिकांची ज्या अग्रगण्य मॉडल्सशी संवाद साधण्याची, त्यांच्या मुलाखती घेण्याची, त्यांना 'फीचर' करण्याची स्पर्धा असे, त्यामध्ये माझंही नाव समाविष्ट झालं होतं.

या शहरात येऊन अवघ्या सहा महिन्यांत एका अनोळखी तरुणीला... जिला कसलीही कौटुंबिक पार्श्वभूमी नाही, जी अजून वयानंही परिपक्व नाही... अशा प्रकारच्या यशाची चव कशी काय चाखता आली तेच लोकांना कळत नव्हतं.

लोकांना या गोष्टीचं जसं नवल वाटत होतं, तसंच त्यामुळे मत्सर आणि टीकाही होत होती; पण माझ्या समाजकार्याच्या पार्श्वभूमीनं मला जमिनीवरच ठेवलं.

माझ्या मूर्ख चढेलपणामुळे मला त्याची किंमत नव्हती. पण पैसे मिळाल्यामुळे, मी मुंबईत आल्यापासून जो आहार घेत होते, त्यातून माझी सुटका होणार होती – आता मला जेवणात एक सफरचंद व खारे शेंगदाणे यापेक्षा अधिक परवडू शकणार होतं.

माझ्या भाड्याचा प्रश्न सुटलाच, शिवाय टूथपेस्ट आणि क्रीमसुद्धा विकत घेता येऊ लागलं. मी अंधशाळेचं कामही सोडू शकत होते. या शाळेनं मला लहान मुलांच्या समुपदेशनाचं काम दिलं होतं आणि राहायला क्वार्टर्स. पण तिथे मला आश्रयदात्या महिलेनं दिवसभरात कधीही बोलावलं तरी हजर व्हावं लागत असे. ती बाई रात्री गुबगुबीत चामडी आणि क्रोम बेडरूममध्ये उंची व्हिस्की पीत असे आणि दिवसा गरिबांबद्दलच्या कळवळ्याचा आव आणत असे. बायका पुरुषांपेक्षा

तो जास्त चांगल्या रीतीने आणू शकतात.

मग मी झेप घेतली.

आणि मीं या नव्या शहराची... भारताच्या 'बिग ॲपल'ची माहिती करून घेऊ लागले.

दिवसभर मी लायन गेटच्या परिसरात फिरायचे. मी बॉम्बे स्टॉक एक्स्चेन्ज पाहिलं. हिरव्यागार जुन्या वृक्षांची नवलाई अनूभवली. रस्त्यावर चेंडूं खेळणारी झोपडपट्टीतली आनंदी मुलं पाहिली. मुंबईतली उपनगरी रेल्वे आणि त्यातून दररोज प्रवास करणारे सत्तर लाखांहून अधिक लोक, ही गंमतच होती. मलाही आपण त्या गजबजलेल्या गर्दीचा एक भाग असल्यासारखं वाटायचं, इच्छाआकांक्षा आणि तग धरून टिकून राहणं यादरम्यान समतोल राखण्यासाठी आतुर.

अत्यंत अविश्वसनीय गोष्ट म्हणजे, दिल्लीत जसं घडायचं तसं इथे माझ्या पार्श्वभागाला चिमटे काढले जाणं किंवा पुरुषांनी 'चुकून' छातीला घसटून जाणं असे प्रकार घडत नव्हते. पण लोक रोखून बघायचे. माझ्या अंगावरच्या 'रमता जोगी' घागऱ्यामुळे, का मी मुस्लिम स्त्रियांसारखं डोकं झाकून घ्यायचे त्यामुळे? कारण काहीही असेल, पण मुंबईच्या लोकल ट्रेनमध्ये माझ्याकडे सतत लोकांचं लक्ष वेधलं जाण्यामुळे मला आपण अंत्यविधीला लग्नाचा शालू नेसून गेल्यासारखं वाटायचं.

मी रात्रीच्या वेळी मरिन ड्राइव्हवर देखण्या 'क्वीन्स नेकलेस'वरून गाडीतून चक्कर मारायचे, त्या वेळी मध्यरात्रीच्या वेळी राणीच्या निळ्याशार माथ्यावर चमचमणारे तारे दिसायचे... तिचा नेकलेस इवल्याइवल्या थेंबांनी सजलेला असे. किती शानदार नजारा असायचा तो.

ग्लॅमरच्या दुनियेत माझ्या पाठीशी कुणाचा भक्कम आधार नव्हता. माझे आईवडीलही मुंबईत नव्हते. मी या शहरात नवखी होते. बहुधा त्यामुळेच मला 'रहस्यमय मुलगी', 'गूढ' अशी विशेषणं चिकटली.

आणि एका गोष्टीचं रहस्य अजूनही कायम आहे, ते म्हणजे– १९८०च्या दशकात, ज्या देशात फक्त 'फेअर' हेच 'लव्हली' मानलं जात असे... हा बहुधा ब्रिटिश राजवटीमुळे आलेला काहीतरी हँगओव्हर असावा, तिथे माझा सावळा रंग इतका लोकप्रिय कसा झाला!

त्यानंतर माझ्या विलक्षण यशाचं वर्णन करताना ही गोष्ट हुकमाचं पान बनवून वापरली जायची :

'रंग काळा असूनही... अनू यशस्वी झाली.'

त्यामुळे छान वगैरे वाटण्यापेक्षा मला महत्त्वाचं वाटायचं, ते शाळकरी वयाच्या मुलींना त्यामुळे स्फूर्ती, आकर्षण वाटणं आणि त्यांना त्यांच्या काळ्या

रंगाची किंवा तुम्हाला जन्मजात जे मिळालं आहे त्या कशाचीही कधी लाज न वाटणं. रंग महत्त्वाचा नसतो, महत्त्वाची असतात ती तुमची कौशल्यं.

बाई, तू देवी आहेस!

॰३

मुंबईच्या ओल्याचिंब पावसाळ्यात, आपण लवकरच 'स्टाइल आयकॉन' बनू असं मला कधी स्वप्नातसुद्धा वाटलं नव्हतं. मी होर्डिंग्ज, वॉलपेपर्स, कॅलेन्डर्स यावर दिसेन, मासिकांच्या मुखपृष्ठांवर झळकेन... मनोरंजन या सदरात येणाऱ्या कशातही माझं दर्शन होईल याची मी कधी कल्पनाही केली नव्हती.

मी पहिल्यांदा माझं भव्य चित्र पाहिलं तेव्हा स्तिमित झाले होते. भव्य होर्डिंगवर मी उभी होते... निळी साडी आणि स्पॅगेटी स्ट्रिंग टॉप अशा वेषात. नजर खाली झुकलेली, गालाची हाडं ठळक, रुंद खांद्यांवरून एका रेषेत खाली ओघळणारा तपकिरी/काळा केशसंभार... ही मीच होते?

मला ती सकाळ आठवली. शूटिंगच्या आधी मी तयार होत होते.

''मिकी, तू तिला गोरं करू शकशील का?''

आश्चर्य म्हणजे एका टॉप भारतीय फोटोग्राफरची इटालियन बायको इथल्या लोकांपेक्षा जास्त 'भारतीय' होती. ती जवळ उभी राहून नापसंतीदर्शक चेहऱ्यानं माझ्याकडे बघत होती, पण मेकअप आर्टिस्टनं तिच्याकडे ढुंकूनही पाहिलं नाही. तो माझ्या चेहऱ्यावर मेकअपचा थर चढवत राहिला.

''साली. बघ तुला कसं तुच्छ समजतीय. ओह, या रजोनिवृत्तीच्या टप्प्यावर बायका आणि तरुण मॉडल्सबद्दलचा त्यांचा मत्सर...''

जाड चश्म्यातला मिकी कमरेत वाकून मला फिकट जांभळी आय शॅडो लावत पुटपुटला. फोटोग्राफरच्या बायकोची नको त्या वेळी आलेली प्रतिक्रिया माझ्या पहिल्यावहिल्या शूटच्या दिवशी मला धक्का देणारी होती. दुर्दैवी. बहुधा पूर्वग्रह त्याच समजुतीतून आला असावा : रंग. गोरा की काळा. निळा की करडा. पिवळा की... ही इतकी तिरस्करणीय गोष्ट आहे?

त्या दिवशी सकाळी संकटांची मालिकाच होती. चेंबूर? म्हणजे काय? कुणा व्यक्तीचं नाव आहे का? ओह, ओह, आय सी, ठिकाण आहे! चला... मुंबईच्या लोकल ट्रेनमध्ये प्रेमानं चढा. ओह, दोन मार्ग आहेत... दोन समांतर रेल्वेमार्ग... नवा शोध! चेंबूर मला नुकत्याच माहीत झालेल्या चर्चगेट मार्गावर नव्हतं.

मी अत्यंत वक्तशीर. कुठलीही गोष्ट ठरवलेल्या वेळी करणं माझ्या श्वासातच आहे. मी दिल्लीला असताना जसं करायचे तसंच इथेही केलं. इथे तसं न वागण्याचं काहीच कारण नव्हतं. हेऽ तू, जशी आहेस तशीच वाग.

माझा विश्वासच बसत नाही, पण मी चेंबूरला पोहोचले. चेंबूर स्टेशनपासून अलीचा स्टुडिओ पायी चालत दहा मिनिटांवर होता. मुंबईत त्या वेळी पावसाळा होता... वॉटरकोट आणि छत्र्यांनी निळ्यासावळ्या आभाळात रंगीबेरंगी, पुष्पमय बहार आणि चमक आणली होती. मी मॉडल आहे? अरे देवा! हे खरं नाहीये म्हणून सांग मला. हे वास्तव म्हणजे दु:स्वप्न नसलं, तरी ते हवंहवंसं स्वप्नही नव्हतं. कळायला लागल्यापासून मला एका गोष्टीचा अत्यंत तिटकारा होता, तो म्हणजे खोटारडेपणा. ढोंगीपणा मला कधीच आवडला नाही. आणि ग्लॅमरच्या जगतात तर तो पाझरतोय असा माझा संशय होता. त्यामुळे मी बुजून दूर राहत होते.

आता माझ्या पहिल्यावहिल्या शूटबरोबरच मीही याच ग्लॅमर जगताचा हिस्सा होणार होते. इथे मिळणाऱ्या पैशातून मला घराचं भाडं भागवता येणार होतं. पण फोटोग्राफरच्या बायकोची ती प्रतिक्रिया मला नाउमेद करणारी होती. त्या दिवशी सकाळी आम्ही डायनिंग टेबलाशी बसून कॉफी आणि सॅन्डविचेस खात असताना अलीनं माझ्यावरची नजर बाजूला काढली नव्हती, त्यामुळे ती जळत होती का? पण मी स्वत:ला सांगितलं की, तो फोटोग्राफर आहे, ज्या गोष्टीची तो सुंदर कलाकृती घडवणार आहे, ती गोष्ट तो नीट निरखून पाहणारच. मग हा चिवट मत्सर होता की पूर्वग्रह?

आत्ता मी पेडर रोड उड्डाणपुलावर टॅक्सीत होते. मुंबईत माथ्यावर छप्पर शोधणं ही माझ्यासाठी सर्वांत मुश्कील गोष्ट होती. एके ठिकाणी पीजीची सोय होईल का, हे पाहून मी दुसऱ्या ठिकाणी निघाले होते. भारतात ऐंशीच्या दशकात, एक तरुण मुलगी एकटी राहण्याचं धाडस करतेय ही गोष्ट मान्य होणारी नव्हती, त्यामुळे मला अडचणींचा सामना करावा लागत होता. ही गोष्ट कळताच प्रश्न उपस्थित व्हायचे आणि भुवया उंचावल्या जायच्या. मी अवांछित संशयास्पद गोष्ट बनले होते... एखादा पिकलेला आंबा आतमध्ये जरासा लागलेला असावा तशी.

नेपियन सी रोडवर एका गुजराती घरमालकिणीनं मला नखशिखांत न्याहाळलं. तिच्या आविर्भावातून तिरस्कार स्पष्ट दिसत होता. तिनं मला विचारलं की, तू काय करतेस?

मी त्याचं उत्तर देताच तिनं मला सरळ सांगितलं, ''आम्ही मॉडल्सना जागा देत नाही... आणि... तुझे वडील कुठे आहेत?''

''दिल्लीला,'' मी उत्तरले.

साधं, सरळ, प्रामाणिक उत्तर... मी जो प्रश्न साधा-सरळ समजले होते त्या प्रश्नाला दिलेलं खरंखुरं उत्तर.

मी मॅडम एमच्या उर्मट आविर्भावानं सुन्न झालेली असतानाच तिनं आशेनं आलेल्या, गरजू तरुण चेहऱ्याच्या तोंडावर धाड्कन दार बंद केलं.

ॐ

जानेवारी १९८८ मध्ये डॅनियल मॅस्कारस या पोर्तुगीज फॅशन फोटोग्राफरनं आपण शूट करू या असा हजाराव्यांदा आग्रह धरला. आम्ही 'लेव्हल फॉर्टीटू' बॅन्डचं 'समथिंग अबाऊट यू' हे गाणं ऐकत गाडीतून नेत्रसुखद वाळकेश्वर रोडवरून चाललो होतो. मी पारशी अग्यारीची स्तुती करत होते, माझं त्याच्या सततच्या टुमण्याकडे लक्ष नव्हतं.

''तू माझा कडेलोट करत्येस,'' तो चिडून म्हणाला.

''हो का? मग तू संध्याकाळभर माझं काय केलं आहेस?'' मी पापण्या फडफडवत जशास तसा टोला दिला.

त्यावर तो खळखळून हसला... मीही त्यात सामील झाले.

दुसऱ्या दिवशी मी जहांगीर आर्ट गॅलरीत जलरंगातील चित्रांचं प्रदर्शन पाहायला गेले होते. या माध्यमात मीही चित्रे रेखाटायचे. त्या दिवशी वारा घोंघावत होता. माझ्या घेरदार राजस्थानी घागऱ्याच्या असंख्य चुण्यांनी गॅलरीचा हॉलवे भरून गेला होता.

''वॉव, अनू, तू मॉडलसारखी चालतेस! तू फॅशन रॅम्पवर कमाल करशील,'' कोरिओग्राफर शर्मिला प्रसन्न स्मित करत म्हणाली.

माझी रॅम्पवॉकसाठी निवड झाली, कारण माझ्यात नैसर्गिक 'मॉडल्स वॉक' होतं. मी आधी मॉडल बनले आणि मग व्यवस्थित मॉडल वॉक शिकले असं नाहीये.

शर्मिलाचं स्नेहल हास्य संसर्गजन्य होतं. त्यामुळे फॅशन आणि सौंदर्य विश्वाबद्दलचा माझा उरलासुरला विरोध व नावड मावळली. मी याआधी एका जाहिरातीचं शूट केलंच होतं. मग आता वॉक करून पाहायला काय हरकत आहे? आणि त्यासाठी पैसेही मिळणार आहेत. बाकी काही नाही तरी निदान एक अनुभव मिळेल... मी स्वतःलाच पटवून देण्याचा प्रयत्न केला. फक्त एक शो. एका नाटकाच्या ग्रुपसोबत मी एकच नाटक केलं होतं, तसाच फक्त एक शो. आणि तो अनुभव पुन्हा घेतलाच पाहिजे असं नाही.

कॅटवॉक.

त्यानंतर, मी लंडनमध्ये रॅम्पवर चालत होते. लंडनच्या जरा बाहेरच्या बाजूला असलेल्या एका बंगल्यात. योगायोगानं तिथे मला ड्यूक भेटले! त्यावेळेपर्यंत ड्यूक माहीत होते ते, मला अकरा वर्षांची असताना वक्तृत्वस्पर्धेत 'ड्यूक ऑफ एडिनबर्ग' पारितोषिक मिळालं होतं त्यावरून. तेव्हा मी शाळकरी मुलगी होते.

आणि आता हे!

माझं लंडनचं तिकीट मिळालं होतं. एकटीनं विमानप्रवास करण्याचा थरार... पाउन्डात कमाई... काम... या गोष्टींनी माझ्या उत्क्रांतीच्या वळणावर पुढे पाऊल पडलं. इथून माझ्यासाठी द्वारं खुली होणार आहेत, याची मला त्या वेळी कल्पना नव्हती... माझ्या सावळ्या त्वचेमुळे मला मॉडलिंगच्या आंतरराष्ट्रीय स्तरावरच्या ऑफर्स येणार आहेत, हे मला त्या वेळी ठाऊक नव्हतं. ऐंशीच्या दशकाच्या उत्तरार्धात माझं भारतात एकटीनं राहण्याचं धाडस आणि त्यामुळे येणाऱ्या समस्यांमुळे होणाऱ्या जखमांवर हे मलमच होतं. मी एकाच वेळी आश्चर्यचकित आणि आनंदित झाले होते. माझ्या पर्समध्ये आंतरराष्ट्रीय चलनं, पाउन्ड्स आणि डॉलर्स असणं हा नवा थरार होता. मी अतिशय खूश होते.

मी नॉर्वे ते मेक्सिको... व्हाया जर्मनी अशा जलप्रवासात रॅम्प वॉक केलं. खवळलेल्या समुद्रात जहाजावर उंच टाचांच्या पादत्राणांत स्वत:चा तोल सांभाळत रॅम्पवर चालणं ही अत्यंत मुश्कील गोष्ट होती. मी ग्रीक कॉस्मोपोलिटन मासिकाच्या पाचपानी फॅशन फोटोशूटसाठी मॉडेलिंग केलं. न्यू यॉर्क मॅरियट हॉटेलच्या रॅम्पवर कॅटवॉक केलं. त्यानंतर मेसीज सेलमध्ये माझी बॅग कुणीतरी मारली. त्याच दिवशी मी भारतात परत येणार होते. माझ्या छोट्या पर्समध्ये मी कमावलेले सगळे डॉलर्स ठेवले होते, ते गेले. पण सगळ्यात वाईट गोष्ट म्हणजे माझा पासपोर्टही चोरीला गेला होता! भारतीय पासपोर्ट ही केवढी जबाबदारीनं सांभाळण्याची गोष्ट आहे हे मला कळून चुकलं... त्यानंतर नवा पासपोर्ट मिळायला अनंत काळ लागला.

पॅरिसमधल्या एका अमेरिकन एजन्सीनं मला प्रेमपूर्वक 'श्वेप्स इंडियन टॉनिक'ची बाटली दिली होती. मी केनयामध्ये आफ्रिकेच्या प्रेमातच पडले. फॅशन शोनंतर आम्हाला बार्बेक्यू डिनरसाठी नेलं होतं. तिथे आमच्यासाठी बारा कोर्सचं भोजन होतं. पण मला मगर आणि म्हशीचं मांस चाखून बघण्यापेक्षा लाल-सोनेरी आफ्रिकी 'मड' कापडात अधिक रस होता. इंडियन रॅम्पवरचं काम झाल्यावर इतर मॉडल्ससारखं हॉटेलच्या पूलपाशी उन्हात त्वचा भाजून व रापवून घेत न बसता, मी पॉन्डिचेरीमधल्या आश्रमासारख्या आध्यात्मिक स्थानांना भेटी द्यायला दूरदूरवर जायचे.

माझं ते दीड वर्ष अत्यंत वैभवशाली गेलं. लवकरच मी वेगळ्या प्रकारच्या स्टारडममध्ये मुसंडी मारणार आहे, याची तेव्हा मला कल्पनाही नव्हती.

स्टारडम

या साऱ्याची सुरुवात फक्त वर्षभरापूर्वी झाली होती. बांद्र्याच्या सी-रॉक हॉटेलमध्ये एका मित्रानं मेजवानी आयोजित केली होती, त्यासाठी महेश भट्टही आले होते. तिथे मला त्यांना भेटायची संधी मिळाली.

''यू आर अ स्टार!''

या जाणत्या कलात्मक चित्रपट निर्मात्याला मी सुरुवातीपासूनच आवडले होते.

''आकाशगंगेतील?'' मी त्यांना विनोदानं म्हणाले.

त्यांना निराश करण्याचं मला वाईट वाटत होतं, पण त्या क्षणी मला मी जामा मशीद झोपडपट्टीतील घरच्यांनी सोडून दिलेल्या मुस्लीम मातांसोबत काम करत होते, ते दिवस आठवले. तिथे कराचीतील एक सुप्रसिद्ध एनजीओ भेट देणार होती. तिथे त्यांनी 'प्रसारमाध्यमे-मनोरंजन यांचा सामाजिक परिणाम' ठळकपणे दर्शवण्यासाठी श्रेष्ठ चित्रपटांतील व्हिडिओ क्लिप्स दाखवल्या. त्यापैकी एक होती 'देवदास' चित्रपटातील. त्या प्रसंगात नायक नायिकेच्या– पारोच्या– डोक्यात दगड मारतो आणि ती जेव्हा त्याचं ऐकायला नकार देते, तेव्हा पुरुषाच्याच तोंडात येण्याच्या लायकीचे शब्द उच्चारतो.

घरी पुरुषांच्या रानटी कृत्यांना तोंड द्यावं लागलेल्या, जामा मशीद झोपडपट्टीच्या परिघात बंदिस्त असलेल्या स्त्रियांवरच नव्हे... तर माझ्यावरही त्याचा परिणाम झाला होता. वयाच्या अठराव्या वर्षी, प्रसारमाध्यमे आणि मनोरंजन विश्व कशाप्रकारे प्रचंड उन्माद निर्माण करू शकतं, एखादी गोष्ट कशी 'हाइप' करू शकतं आणि फॅशन, अभिरुची व शैली याबाबतीत उलटं मागे जायला कसं प्रोत्साहन देतं, हे पाहून माझी मती कुंठित झाली होती.

ऐंशीच्या दशकाच्या अखेरीस, व्यावसायिक सिनेमातील टिपिकल मुख्य नायिका श्रीमंत बापाची कार्टी असे, जी गाण्यांवर छाती आणि कंबर उडवत नाचत असे. ती नखरेल फटाकडी प्रकारातली असे. पुरुषांच्या वासना चाळवणारी एक जिवंत वस्तू या पलीकडे तिला फार वाव नसे. ती पालनपोषणासाठी वडिलांवर/ प्रेमीवर अवलंबून असे.

"हिंदी सिनेमात मला रस वाटण्याजोगं काहीही नसतं. मी ते पाहतही नाही. मला रस नाही."

मी अगदी ठाम होते.

"तुझा विचार बदलला तर मला फोन कर."

माझा विचार बदलणार नव्हता. मी अर्थातच फोन केला नाही.

बट एनीवे, आभारी आहे.

ॐ

१९८९ सालची गोष्ट. मुंबईत डिसेंबर महिन्यात चांगलंच उकडत होतं... संध्याकाळी सुती स्कार्फची गरज भासत होती. मी मुंबईत सामानसुमान बांधून, देणी चुकती करायला आले होते. पॅकअपसाठी. मला पॅरिसला परतायचं होतं. लॉरेन्ट आणि मला 'स्पेशल लूक'वाली मॉडल असं बिरुद देणाऱ्या एमजी मॉडलिंग एजन्सीत. ही प्रशंसेची खूप मोठी पावती होती, कारण 'स्पेशल'चा अर्थ होता जिचं मूळ अज्ञात आहे अशी. म्हणजे माझ्यात गोऱ्या व कृष्णवर्णीय मातापित्यांचा मिलाफ असू शकत होता, मी दक्षिण अमेरिकी वा मेक्सिकन वाटू शकत होते. म्हणजेच माझ्यात जागतिक 'लूक' होता... ॲन इंटरनॅशनल अपील.

मला फोन आला. माझं मुंबईत नसणं ही त्या चित्रपटनिर्मात्यासाठी मोठीच समस्या बनली होती. आमच्या पहिल्या भेटीनंतर, त्या वर्षात त्यांनी पटकथा लिहिली होती.

"आशिकी तुझ्या आयुष्यावर आधारित आहे, अनू. तू त्यात अनू वर्गीस ही मुख्य भूमिका करशील का?"

ते वस्तुस्थितीला धरून बोलत होते. ते अतिशय भरभर बोलत. ते खरंच मनापासून बोलत आहेत असं वाटलं.

माझी नजर फोनवरून खिडकीकडे गेली. खिडकीबाहेर पिंपळाचं मोठं झाड सावली धरून उभं होतं. मी वर्षभरापेक्षा जास्त काळ ज्या घरात राहिले होते, त्या घराचा मी निरोप घेत होते.

माझ्याशी संपर्क करणारे हे चित्रपट दिग्दर्शक, ही बॉलिवूडची ऑफर... सारंच विसंगत वाटत होतं.

माझ्या आयुष्यावर चित्रपट? हॅऽऽ... त्यांना काय माहीत आहे माझ्याबद्दल? चार टॅब्लॉइड्समध्ये आलेल्या माझ्या मुलाखती... त्यांची कथा पत्रकारांच्या बातम्यांवर आधारित आहे की काय... जी दुसऱ्यांच्या भावनांची कदर न करणारी, अर्धीकच्ची असते... हे ठरावीक साच्याचं वाटतंय... खास काही नाही. हे काही खरं असणार नाही. कारण त्यांना माझी हिंदी चित्रपटात काम करण्याची अनिच्छा माहीत आहे, हा त्यांचा माझा होकार मिळवण्याचा प्रयत्न आहे...

''जर तू काम करणार नसशील, तर मी हा सिनेमा बनवण्याचा पुनर्विचार करीन... शिवाय, इतर कुठल्याही अभिनेत्रीत ही भूमिका साकारण्याची समज नाही.''

'वॉव!' मी प्रत्यक्ष बोलले नाही, पण मनातल्या मनात या प्रशंसेबद्दल आभार मानले.

मी अगदी खालच्या, जेमतेम ऐकू येईल एवढ्या आवाजात म्हणाले, ''मी तुम्हाला नंतर फोन करते.''

त्या दुपारी बांद्र्याच्या माउन्ट मेरी रोडवरील एलैन बोकारो यांच्या पोर्तुगीज बंगल्यात मी जुन्या आठवणींत डोकावत होते.

पॅरिसमधली प्रत्येक सकाळ जादुई होती. मी राहत होते त्या इमारतीच्या खाली असलेल्या 'बूलाँजरी'मध्ये म्हणजे बेकरीत गरमागरम ताजे क्रोसो येत असत. 'लि पॅरिस' अगदी जादुई होतं. इथे कलाप्रकार रस्त्यांवर कृष्णधवल चित्रांच्या रूपात विकले जात होते. दिवसभरात अनेकदा घेतला जाणारा कॉफीचा विलक्षण आस्वाद... पॅरिसमधल्या लोकांचा स्त्रीच्या नग्नतेसंदर्भातला खुलेपणा विशेष वाटण्याजोगा होता. विशेषत: दिल्लीत वाढलेल्या व्यक्तीच्या दृष्टीनं, जिथं पुरुषांचं किळसवाणं लक्ष वेधून घेणं, छेडछाड या गोष्टींना सर्वस्वी बाईलाच जबाबदार धरलं जातं.

युरोपमध्ये माझ्या लक्षात आलं की, इथे मी माझी ओळख सहज बदलू शकते, कारण सर्वसाधारणपणे पुरुषांची प्रतिक्रिया असे :

''यू मुल्लाटो? ऑर स्पॅनिश? मेक्सिकन, परहॅप्स?''

जड फ्रेंच उच्चारातील तोडक्यामोडक्या इंग्रजीत त्यांचं सभ्य-सुसंस्कृत औत्सुक्य व्यक्त होत असे.

ते माझ्याकडे चुंबकासारखे खेचले जात असत. जणू काही मी छानसं 'बोफर्ट' चीज होते... दूध, लोणी आणि मधाच्या मस्त वासाचं; किंवा तसंच काहीतरी. आणि अर्थातच, मी मात्र त्यामुळे अतिशय खूश होत होते.

भारतात काकू-मावश्या टाइपच्या बायका निर्लज्जपणे माझ्या बाबतीत मी म्हणजे फार फारतर 'आकर्षक' असं मानायच्या, 'सुंदर' होण्यासाठी मला माझ्या

त्वचेवर 'व्हाइट वॅक्स'चा थर चढवावाच लागणार होता. आणि मी जशी मोठी झाले, तशी माझ्यातली बंडखोर मुलगी माझ्या सावळ्या त्वचेचा 'कलंक' दिमाखानं मिरवण्याच्या बाबतीत अधिकच हट्टी बनली. तुम्ही जन्मजात ज्या गोष्टी घेऊन आला आहात, नैसर्गिकरीत्या, त्या स्वीकारा, अशी माझी भावना होती.

मी नुकतीच पॅरिसहून परत आले होते. माझ्या हातात 'ल पॉइन्ट' हे फ्रेंच मासिक होतं. त्यात माझा श्वेप्स इंडियन टॉनिकची बाटली गालाजवळ धरलेला फोटो होता.

॥

अनू वर्गीस हे पात्र मोठं विलक्षण होतं : अनाथ टीनएजर मुलगी. लग्नबंधनाविना जन्माला आलेली आणि जन्मत:च त्यागलेली. ती एका कॅथलिक अनाथाश्रमात वाढते. ही साधी अंतर्मुख तरुणी प्रेम, भरणपोषण आणि समाजात स्थान या गोष्टींचं स्वप्न पाहत लहानाची मोठी होते. पण या सगळ्यापेक्षा तिच्यासाठी महत्त्वाचं असतं, ते स्वत:च्या पायावर उभं राहणं, काहीतरी बनणं आणि स्वत:लाच शोधणं.

मैं अपने पैरों पे खडी होना चाहती हूँ

मैं खुद कुछ बनना चाहती हूँ

मेरा अपना कुछ पाना चाहती हूँ

हे तिचं ध्येय असतं.

या वचनामुळे, प्रमुख अभिनेत्रीच्या या ध्येयामुळे अखेर मी या चित्रपटाला होकार दिला. पुरुषावर अवलंबून राहण्याऐवजी मुलींनी आधी स्वतंत्र होण्याची गरज आहे, या माझ्या ठाम विचारातून मी हा चित्रपट स्वीकारला. त्यामुळे मला नात्यामधला खोटारडेपणा आणि अप्रामाणिक खेळी– डाव हद्दपार करायलाही मदतच होणार होती.

'आशिकी' ही प्रेमकथा होती– बेघर, आईवडिलांचा पत्ता नसलेली अनाथ मुलगी आणि एक गायक-गिटारवादक मुलगा यांच्या तरुण प्रेमाची भारलेली कहाणी. या प्रणयरम्य कथेचा संदेश होता :

'लव्ह मेक्स लाइफ लाइव्ह.'

'रोमान्स'नं मला लॉरेन्टची आठवण करून दिली. तो पॅरिसमध्ये आर्ट डिलर होता आणि रेस्टॉरन्ट चालवत असे. त्याच्या आठवणीनं मी चेतले. मी त्याला कबूल केलं होतं, त्यानुसार मला त्याच्याकडे परत जायची घाई होती. त्याचं जुन्या फ्रेंच वास्तुरचनेचं घर नदीकिनारी होतं. आमच्या गेल्या महिन्यातील कोर्टशिपनं आमचे भावबंध गुंफले होते. त्यानं मला पॅरिस आणि फ्रान्सची जशी सफर घडवली होती, त्याप्रकारे मी ते या आधी पाहिलं नव्हतं... ते अतिशय आनंददायी होतं. मी

कधीही मद्याला स्पर्श न करणारी, पण मला फ्रेंच वाइनची नजाकत कळली होती. फ्रेंच रेव्ह. मक्याच्या शेतातल्या छोट्या बंगल्या... युरोपिअन खेड्यापाड्यांच्या प्रदेशातील रोमान्स... आमच्या दोघांच्या सहवासाचा पहिला महिना मोठा जादुई होता.

एका महिन्याच्या प्रियाराधनाच्या काळात आमचे सूर जुळले होते, आमच्यात जवळीक निर्माण झाली होती. आम्ही दोघं आडवे होऊन हळूहळू उजळत जाणारी सकाळ आणि चमचमत्या नदीचा संथ प्रवाह पाहायचो... असाच अख्खा दिवस सरायचा.

माझा सावळा देह कोडकौतुकात न्हाऊन, कुरवाळून घेऊन उजळून निघायचा आणि मावळतीच्या प्रकाशात सोन्यासारखा चमकायचा. उजळ हिरव्या रंगाच्या चादरीवर पडल्यापडल्या मला खूप शांत आणि तृप्त वाटायचं.

मी ब्रिटिश एअरवेजच्या पॅरिस-मुंबई विमानात चढण्याआधी लॉरेन्टला 'मी परत येईन' असं सांगितलं होतं, तेव्हा माझ्या मनात 'स्पेशल लुक'वाल्या मॉडल्ससाठी असणाऱ्या एमजी मॉडलिंग एजन्सीचा विचार होता.

माझं गुणग्राहक पॅरिस सोडून निघणं विसंगतच होतं... मी तिथलीच होते. तिथे एखादा जमिनीचा तुकडा घ्यावा... आणि तिथून कधी कुठे जाऊ नये असं वाटत होतं. आणि अर्थातच, तिथे लॉरेन्ट होताच...

हे सगळं असं असल्यामुळे मी बॉलिवूडमध्ये येण्यास उत्सुक नव्हते. त्यांच्या सिनेमांचं पोरकट स्वरूप, त्यातला कार्टूनसारखा प्रचंड भावनात्मक पसारा यामुळे मला हसू येत असे. त्यातले नाच पाहणं म्हणजे तर भयंकरच असतं; त्यांचा ना फाइन आर्टशी संबंध असतो, ना पारंपरिक भारतीय वा पाश्चात्त्य नृत्याशी. त्यांची कपड्यांच्या डिझाइनची समजही आवडण्याजोगी नसे. तिथे खऱ्या फॅशनचं पॅशन नव्हतं आणि 'चिक स्टाइल'ही नव्हती. हाय!

मी फ्रेंच मॉडलिंग आणि प्रेम हा पर्याय निवडला होता? का बॉलिवूडचा? तरुण मुलीची पुरोगामी भूमिका ही मनोरंजन या माध्यमाचा प्रगमनशील पद्धतीनं वापर करण्याची संधी होती का?

मीच साशंक होते.

बेडरूमच्या खिडकीबाहेरच्या जुन्या बाभळीच्या झाडाच्या थंडगार सावलीत, एलैनच्या बंगल्याच्या गवती छपराखाली मी दिग्दर्शकाचे माझं मन वळवण्यासाठी येणारे फोन टाळण्याचा प्रयत्न करत होते.

त्यानंतर काही दिवसांनी मी महेशना भेटायला गेले. त्यांच्या सिनेमाचं चित्रीकरण सुरू होतं. तिथे ते पांढऱ्या प्लॅस्टिकच्या खुर्चीत बसले होते. काही लोक आशेनं त्यांच्या पायाशी बसून होते, जसं काही ते दुर्मिळ कॅन्डीज वाटणार होते. नंतर मला

कळलं की, ते त्यांचे चमचे होते, त्यात सिनेमाचा हिरोही होता.

माझ्या येण्यानं ते खूश झाले. त्यांनी ताबडतोब माझ्याकडे पूर्ण अवधान दिलं.

निर्माता आणि क्रू, सगळे जण माझ्याकडे संशयास्पद, कुतूहलयुक्त नजरेनं पाहत होते. ती स्वतःला समजते तरी काय? फाटकी डेनिम जीन्स, कमरेभोवती पाउच आणि छोटी चामडी हॅवरसॅक घेऊन, सरळसोट महोगनी-काळे केस उडवत आली आहे? ती नायिकेसारखी तर दिसत नाहीच, पण ती अजून सिनेमा-स्टारसुद्धा झालेली नाही आणि तरी इतके नखरे करत्येय? सध्याच्या आघाडीच्या तारकांपैकी कुणीही ही भूमिका करायला तयार आहे, आपल्याला ही भूमिका मिळावी, आपल्याला 'साइन' करावं अशी त्यांची इच्छा आहे, अशी अवस्था असताना?

पण त्या चौकस साशंकतेच्या पडद्याला अनूबद्दल त्यांना वाटणाऱ्या कौतुकाची झालर जडली... अनू... हॉट... चपलतनू... सुपरमॉडल. त्यांच्या मसाला चहाचा आस्वाद घेणाऱ्या ओठांच्या चंबूमागे तीव्र इच्छा दडली होती... चौकस, तीव्र आस... सलगीची.

''आणखी चहा घ्यायचा?'' असं म्हणून दिग्दर्शक महोदयांनी खुर्ची आणण्याची खूण केली.

मी सिनेमाच्या सेटवर काम करणारी मुलं पहिल्यांदाच पाहत होते. मी जेव्हा झोपडपट्टीतल्या रहिवाशांसोबत काम करायचे तेव्हाचे दिवस मला आठवले. मला तत्क्षणी त्यांच्याबद्दल मनापासून माया वाटली.

मला पाहून त्यांचा मृदू चेहरा गडद सोनेरी झिलईनं विलक्षण उजळला होता... एखाद्या व्यक्तीनं तिची हरवलेली अंगठी सापडण्याची आशा सोडून दिलेली असावी आणि तिला ती आवडती अंगठी पुन्हा सापडल्यावर तिच्या चेहऱ्यावर जे भाव येतील, तसे ते भाव होते हे मला कळत होतं. गेल्या काही दिवसांत, ते फोनवर फोन करत होते. मी या सिनेमात काम करायला होकार घ्यावा याची वाट बघत होते आणि मी त्यांना सांगत होते... आय विल कॉल यू बॅक.

महेशनी माझं आत्मविश्वासपूर्वक स्वागत केलं. मी 'नाही' सांगायच्या तयारीनं आले आहे हे त्यांना अर्थातच माहीत नव्हतं.

मी माझ्या भात्यातला सर्वोत्तम बाण घेऊन आले होते.

''माझा हा सिनेमा करायचा विचार आहे, पण मला पॅरिसला जावं लागणार आहे आणि हिंदी सिनेमांची, ते पूर्ण होण्यास अनंत काळ लागतो, अशी ख्याती असल्यामुळे, आय अॅम सॉरी...''

लगेच त्यांचा प्रश्न आला, ''केव्हा?''

''आत्ता.''

''तसं नाही,'' ते म्हणाले, ''तुला पॅरिसला नेमकं कधी जायचं आहे?''

''हॉट-क्यूटूअरचा पुढचा सीझन सुरू होण्याआधी; आत्ता हिवाळा आहे, त्यामुळे स्प्रिंग कलेक्शनच्या आधी,'' मी स्पष्टच सांगितलं.

माझ्या उत्तरानंतर त्यांच्याकडून सणकन वाक्य आलं :

''आम्ही तीन महिन्यात पूर्ण करू. नक्की.''

त्यावर माझ्या चेहऱ्यावरील 'विश्वास बसत नाही'चे भाव पाहून ते मान हलवत ठामपणे म्हणाले, ''नो बुलशीट, आय मीन इट.''

ते तर सिनेमा जलद पूर्ण करीन म्हणत आहेत... आता काय करायचं?

मग मी पुढचा बाण काढला... 'डूज आणि डोन्ट्स'ची यादी सादर केली. त्यात मला ज्या ज्या गोष्टी करणं अवघडल्यासारखं वाटायचं, त्या सगळ्या गोष्टी होत्या– १९८९ मध्ये भारतीय सिनेमातली फॅशन न्यू यॉर्क, पॅरिस व लंडनच्या बरीच मागे होती. हे पात्र सहानुभूती वाटण्याजोगं होतं. आणि मी त्याकडे ज्या दृष्टीतून पाहत होते त्यानुसार त्यात कसलीही चमचमती छटा व ग्लॅमर नव्हतं. त्यामुळे मी या भूमिकेसाठी कृत्रिम पापण्या किंवा गालांचे उठाव दाखवण्यासाठी गुलाबी रुज लावणार नव्हते; किंवा छातीचा उभार वाढवण्यासाठी कृत्रिम साधनांचा आधार घेणार नव्हते. त्या काळी आयटम नंबर्समध्ये छाती जाणूनबुजून हलवली जात असे; किंवा बेंबी दाखवणारे चुण्यांचे स्कर्टही घालणार नव्हते. खोटंखोटं हसणार नव्हते किंवा आपल्या वडील व भावावर अवलंबून असणाऱ्या 'सिंगल' मुलीच्या खिन्न 'लुक'ची मला भुरळ पडणार नव्हती. भारतातल्या अभिनेत्रींची फॅशन म्हणजे केस कुरळे करणं किंवा ते 'स्टेप्स'मध्ये कापून घेणं. मी ते करणार नव्हते. मी माझे नेहमीसारखे सरळसोट, एका लांबीचे केस आहेत तसे ठेवणार होते आणि त्यांचीही घट्ट पोनीटेल घालणार होते. आणि हो, मला माझा स्वतःचा फॅशन डिझायनर असेल.

आता मी ते या गोष्टी मान्य करणार नाहीत याची वाट बघत होते. त्यांचे डोळे चांगलेच विस्फारले होते. क्षणभर त्यांचा श्वासोच्छ्वास थांबला होता, आ वासला होता.

''तू म्हणशील तसं, अनू!''

मग माझ्या डोक्यात एक प्रकाशकिरण शिरला. माझ्या कानातल्या मोत्याच्या इअरिंगमागून आवाज आला :

''हे कर. जरूर कर.''

दुसऱ्या दिवशी बांद्र्याच्या चेम्बुई गावातल्या एका जुन्या मोडकळीला आलेल्या घरात मी गाण्याच्या बोलांवर ओठ हलवले :

जाने जिगर जानेमन... जानम जाने जा, जानम जाने जहाँ...

सिनेमाचा नायक– राहुल– पहिलं प्रेम गाण्यातून व्यक्त करत होता आणि

नायिकेची साथ लाभणार नसली तर मृत्यूला कवटाळायला तयार होता.

हे वचन ऐकल्यावर, अभिनेत्री म्हणून माझ्यासाठी आजूबाजूची हवा स्तब्ध झाली. पाणी वाहायचं थांबलं... जग धूसर झालं. मी त्यात इतकी बुडून गेले होते की, मला फक्त आणि फक्त तोच दिसत होता... फक्त नायक... त्याच्या नावालाही काही महत्त्व उरलं नव्हतं. पहिल्या प्रेमाची उसळती ऊर्मी होती ती. मी त्याच ओळी पुन्हा गायले... रोमिओ-ज्युलिएटच्या प्राचीन वेडेपणानं... त्याच्या डोळ्यांत डोळे मिसळून.

हा माझा पहिला शॉट होता!

पण आधीच ध्वनिमुद्रित झालेलं गाणं जुन्यापुराण्या स्पीकरसवर ढॅणढॅण आवाजात वाजत असताना त्यावर आपण गातोय असा अभिनय करणं अतिशय चमत्कारिक वाटत होतं.

ओठ हलव राणी... गात आहेस असं भासव, बॉलिवूडच्या मायावी आणि रोमहर्षक दुनियेत पाऊल ठेव. तथास्तु!

೭

त्या काळी जाहिरातपट बनवणाऱ्यांनी यावर साहजिकच नाक मुरडलं. ते पारदर्शी आयुष्य जगत असत. कला आणि उच्च शिक्षण या गोष्टींचं जाहिरात क्षेत्रात कौतुक होत असे. त्याच वेळी, सिनेमा क्षेत्रात असलेली बेकार, अननुभवी, अल्पशिक्षित स्तरावरची माणसं टेबलाखालून पैशाचे व्यवहार करत. त्यात पारदर्शकता जवळपास शून्यच असे. त्यामुळे साहजिकच जाहिरात आणि सिनेमा क्षेत्र यांचं एकमेकांशी पटत नसे.

त्यामुळे मी जेव्हा सिनेमा 'साइन' केला तेव्हा काही स्नेह्यांनी कपाळाला हात लावला. जाहिरातींच्या किणकिणत्या जगतात जराशा घंटा खणखणल्या.

"अनू, खरंच करत्येस तू? तुला गुंडांच्या टोळीशी संबंध यायला हवा आहे का?"

माझे जवळचे मित्र– ॲडगुरू प्रल्हाद कक्कर सुरवंटी भुवया उंचावून उपहासाने हसले.

त्यावेळचा चित्रपट व्यवसाय अव्यावसायिकतेसाठी ओळखला जात असे. त्या व्यवसायावर अंडरवर्ल्डच्या डॉन मंडळींचं राज्य आहे असं म्हटलं जात असे.

अतिशय वाईट परिस्थितीत जन्माला आलेली अनाथ तरुणी ही भूमिकाच खूप जबरदस्त होती... महिला सबलीकरण, स्वातंत्र्य, यश यावर भर असलेली. मी ही भूमिका करण्यासाठी हे कारण पुरेसं होतं. बस्स!

मग माझ्या भूमिकेच्या दृष्टीनं तयारी सुरू झाली. अनू वर्गीस या माझ्या भूमिकेची स्वभाववैशिष्ट्ये काय असतील? आई-वडिलांनी सोडून दिलेल्या आणि अनाथाश्रमाच्या प्रमुखांनी निरुपयोगी ठरवलेल्या अनाथ मुलीला काय वाटत असेल? असाहाय्यता, बुजरेपणा... मी विचार करत होते. तिचं स्वप्न काय असेल... घराचं? शारीरिक प्रेमाचं? पण तिला कुणावरही ओझं बनून राहायचं नाहीये, त्यामुळे अर्थातच हे स्वत:च्या हिमतीवर साध्य करणं हे तिचं स्वप्न असलं पाहिजे.

मी अभिनय कशा प्रकारे करायचा?

''वेल, डार्लिंग! अगदी साध्या-सरळ पद्धतीनं, कोऱ्या पाटीवर, अज्ञाताचा शोध घेत, अंधारात प्रकाशाची तिरीप उजळवत... गंमत जाऊ दे, पण मी अगदी मनाच्या खोल जाणिवेपासून काम करतो. त्यामुळे तू आधी प्रतिमा उभी कर... भूमिकेचं सार... या सर्वकष चित्रात फक्त तुझ्या भूमिकेपुरताच विचार करू नकोस, इतर नट काय करत आहेत हेही जाणून घे. मग तू स्वत:ला याचा भाग मान... आणि मग तुझ्यात ज्या भावना जागतील त्यांना सूत्रं हाती घेऊ दे.''

या सिनेमाचं शूटिंग सुरू असताना मला अभिनेत्री म्हणून प्रयोग करण्याची 'स्पेस' दिली गेली. महेशनी मला ती भूमिका माझ्या पद्धतीनं करू दिली. ते माझ्या तर्कशास्त्राबद्दल प्रश्न करायचे, पण मग माझ्या युक्तिवादाशी सहमत व्हायचे. ते आयत्या वेळी सुचलेलं उत्स्फूर्त असायचं. बहुधा कलात्मक चित्रपटांच्या अनूभवी दिग्दर्शकानं अनूला अनू वर्गीस बनताना पाहिलं असावं.

ते मला प्रोत्साहन देत हसायचे आणि मला 'वन-टेक आर्टिस्ट' म्हणायचे.

मी माझ्या पहिल्यावहिल्या सिनेमात नीट अभिनय करीन की नाही या काळजीनं दिग्दर्शकाला नखं चावण्याची वेळ आली नाही. माझ्या पहिल्यावहिल्या 'टेक' नंतर ते 'ओके' असं आनंदानं ओरडले. त्यानंतर पुढच्या सगळ्या 'सीन्स'मध्येही असंच घडलं.

''तुम्ही मला गॅब्रिएल गार्सिया मार्क्वेझचं 'लव्ह इन द टाइम ऑफ कॉलरा' हे पुस्तक दिलं होतं ना, त्याचा मी भूमिकेसाठी अभ्यास केला. त्याचा उपयोग झाला,'' मीही त्यांना चेष्टेनं म्हणायचे.

वातावरणात अत्यंत मुलायम, रेशमी पश्मिनाची ऊब भरून असायची. शूटदरम्यान विश्वास वाटायचा.

चार महिन्यांत सिनेमा पूर्णत्वाला आला, तोवर माझ्या वैयक्तिक आयुष्यात प्रचंड क्रांती घडली होती. शूटच्या काळात सगळं चित्रच पालटलं होतं... 'लेफ्ट प्रोफाइल' आता 'राईट प्रोफाइल' बनला होता. मॉडलिंगनं मला आंतरराष्ट्रीय कीर्ती मिळवून दिली असली, तरी या क्षेत्रात मला रस वाटेनासा झाला होता... इथे सर्जनशीलता नव्हती. एखादी भूमिका साकारणं, सिनेमाचं शूटिंग हा विस्मयकारक

अनूभव ठरला होता. रॅम्पवर चालणं याच्या कुठे जवळपासही फिरकणारं नव्हतं. तिथे मी डिझायनर पोशाख मिरवायचे, तर इथे मी साकारत असलेलं पात्र जसे कपडे घालेल तसे कपडे घालत होते. प्रेम, तिरस्कार, नैराश्य, भय, आनंद, अपेक्षा, दु:ख या भावना मी दृश्य स्वरूपात व्यक्त केल्या होत्या. माझ्या आतमध्ये खोलवर दडून असलेल्या भावनांतून मी हे मिळवत होते.

अभिनेत्री या नात्यानं तुम्ही एखादी संकल्पना, एखादी भावना दुसऱ्यापर्यंत पोहोचवता, फक्त चालून दाखवत नाही. हे फक्त सुयोग्य शारीरिक आकाराची 'फॅशन-डॉल' बनण्यापेक्षा बरंच काही असतं.

౪

एका रात्री :

रॉबर्ट सेठीनं मला नृत्यासाठी सोबत नेलं. तो त्या वेळी भारतात एमजी स्टॅन्लेचं भारतीय ऑफिस थाटत होता. आम्ही त्याच्या पांढऱ्याशुभ्र मर्सिडिजमधून दक्षिण मुंबईहून दूरवर 'एक्स्टसी' या सुप्रसिद्ध नाइटक्लबमध्ये आलो. तिथे रात्रभर आम्ही धमाल नाचलो. मग तो मला घरी सोडायला जुहूला आला, तेव्हा माझ्या लक्षात आलं की, माझ्या घराची किल्ली हरवली आहे.

तिसऱ्या मजल्यावरच्या अंधारात मी पिसाळल्यासारखी माझ्या 'साची' बॅगचा कानाकोपरा धुंडाळत होते. पण छे! माझ्याजवळ घराची दुसरी किल्ली नव्हती आणि घरमालकीण रीटा गावाला गेली होती. लाकडी दार मला घरात ओढून घेऊ शकेल का? किंवा मी भिंतीत गडप झाले आणि जादूनं आत माझ्या बेडशेजारी प्रकट झाले तर? पण हाय! असं काहीही घडलं नाही. आयुष्य मुश्कील असतं.

पौर्वात्य गूढवाद व तत्त्वज्ञानाकडे झुकलेला रॉबर्ट हसून म्हणाला, "व्हॉट डज नॉट हॅव टू, डज नॉट हॅपन.''

अगदी माझा मोठा भाऊ अनुरागसारखंच, रॉबर्टही रोमांचक 'वन-लायनर्स' ऐकवायचा. हे दोघेही बुद्धिमान होते. दोघांनीही 'फायनान्स' हा विषय निवडला होता.

मग आम्ही पुन्हा उलटे कुलाब्यात ताजमहाल हॉटेलवर आलो. पहाटेच्या शुक्रताऱ्याच्या खट्याळ निर्मळ वातावरणात त्यानं जबाबदारीनं मला खोलीत नेऊन सोडलं. मोठ्या आपुलकीनं मला ब्रेकफास्टसाठी ऑरेंज ज्यूस दिला. मला बिछान्यात झोपवून पांघरूण घातलं आणि सर्वसाधारणपणे पुरुष करू शकतील अशा प्रकारची कुठलीही शारीरिक जवळीक साधली नाही. त्या दिवशी माझ्या मनाच्या डायरीत त्याचं स्थान बदललं... तो माझा 'फ्रेंड'चा 'बेस्ट फ्रेंड' झाला.

आणि त्यानंतर काही महिन्यांनी 'आशिकी' प्रदर्शित झाला.

अतिप्रसिद्धी ×××× असते.

एक प्रकारची विचित्र असहायता, माझ्या उमेदीवर भयाच्या कृष्णछायेचा झाकोळ आणत होती.

म्हणजे : आता? आता काय करायचं?

मी आता ते ज्याला 'स्टार' म्हणतात ती आहे.

माझ्या आयुष्यानं माझ्या परवानगीविनाच कूस बदलली होती. व्यक्तिश: मला या अफाट स्तुतीनं काही फरक पडला नसता, नक्कीच; पण 'आशिकी' प्रदर्शित झाला आणि त्यानंतर मला घरात डांबून राहणं भाग पडू लागलं. मला जेव्हा शूटिंग नसायचं किंवा एखाद्या मीडिया इव्हेन्टला जायचं नसे, तेव्हा मी घरी असायचे, पिंजऱ्यात अडकलेल्या सिंहिणीसारखी.

त्यानंतर मला घर भाड्यानं घेणंही अधिकच अवघड होऊ लागलं. कारण 'स्टार'भाडं नेहमी जास्तच असतं. माँ मला एक जागा विकत घेऊन देते म्हणत होती, पण मी नकार दिला. मी स्वतंत्र आहे हे सिद्ध करण्याचा माझा प्रयत्न होता. मग मी वरळीत एक फ्लॅट भाड्यानं घेतला. तीन बेडरूम्स, मोठा हॉल... अशा या फ्लॅटमध्ये चार भिंती आणि छताखाली मी सुरक्षित होते. माझ्यासाठी हे एकमात्र खासगी ठिकाण उरलं होतं.

त्यानंतर, मी अपेक्षेनं येणाऱ्या सर्व आदरणीय निर्मात्यांना दूरच ठेवलं. त्यातले बहुतेकसे माझ्या दुप्पट किंवा त्यापेक्षाही जास्त वयाचे होते. माझ्या घराच्या दारावर त्यांची अपेक्षेनं थाप पडायची, तेव्हा त्यांच्या सोनसाखळ्या किणकिणत असत. ते नोटांच्या बंडलांनी भरलेल्या जड सूटकेस तोलत मला त्यांच्या सिनेमात काम करायला तयार करून, 'साइन' करायचं या आशेनं आलेले असत.

पण मी काही महिन्यांची सुट्टी घेतली.

मी अभ्यास आणि समाजकार्यात गर्क असायचे तेव्हा मला सिनेमे पाहायलासुद्धा फारसा वेळच उरायचा नाही. मला त्याची आवडही नव्हती. मला रंगभूमीवर अभिनय करायला आवडायचं, पण तेही मागंच पडलं होतं. मग मी एक मूव्ही प्लेअर विकत घेतला आणि स्वत:च अभ्यास करू लागले. मी दिवसातून चार ते पाच सिनेमे बघायचे. जुने हॉलिवूड क्लासिक्स, विनोदी, कुरोसावा व फेल्लिनी अशा दिग्गजांचे सिनेमे, महोत्सवातले सिनेमे... सगळे... कुठलाही विचारा.

रंगभूमी ते सिनेमा : संवाद मोठ्या आवाजात म्हणणं, देहबोलीही जराशी अतिशयोक्त... अशाप्रकारे रंगमंचावर जरा 'ठळक' करावं लागत असे... 'लाउड'. सिनेमात काम करताना सौम्यपणे व्यक्त व्हायचं असे. क्लोज-अपमध्ये कॅमेरा ओठाची अगदी सूक्ष्मशी थरथरसुद्धा टिपतो.

౦౩

'स्टारडम' माझ्या वैयक्तिक आयुष्यासाठी विनाशक ठरलं. १९९१ मध्ये मुंबईतल्या कडक उन्हाळ्याच्या दिवसात, मी कितीदा रिकशी संबंध तोडले आणि पुन्हा जुळवून घेतलं कुणास ठाऊक! त्याच्या आईच्या मैत्रिणींनी मीडियानं दिलेल्या– अनूनं 'चघळून थुंकून दिलेल्या' 'अगणित' पुरुषांच्या बातमीवर खोटारडी शेरेबाजी केली होती. माझ्यातली बंडखोर तरुणी माझं खासगीपण कच्च्या हिच्यासारखं जपत असे... मी स्वत:चं कधीही बचावात्मक समर्थन केलं नाही. मी स्वत:च्या कोषात राहिले. असल्या ओंगळ कहाण्या रचणाऱ्यांसाठी वेळ घालवणं म्हणजे आपणच खालच्या पायरीवर उतरण्यासारखं आहे, असं मला वाटत होतं. पण अशाप्रकारचं अ-मुत्सद्दी वागणं माझ्या हिताचं ठरलं नाही.

माझ्या यशामुळे असुरक्षित झालेल्या रिकचा माझ्याबद्दल टॅब्लॉइड्समध्ये आलेल्या खोट्यानाट्या कहाण्यांवर विश्वास बसत असावा. रिकच्या मनाच्या एरवी नितळ असलेल्या स्वच्छ पाण्यात संशयाची लाल शाई उतरली होती. माझ्या नैतिकतेबद्दल प्रश्न करणाऱ्या रिकची अवस्था माझ्या कुठल्याही उत्तरानं समाधान होण्यापलीकडे गेली होती. संशय, शंका आणि वाद... यामुळे एरवी शांत व विश्वासार्ह असणाऱ्या नात्याची हळवी माती म्लान झाली होती.

तो काळ फारच भयंकर होता. प्रेस जिच्याबद्दल बोलत होतं ती ही अनू अगरवाल कोण होती? नक्कीच मी नव्हते. प्रेसमध्ये आलेल्या काही घाणेरड्या मजकुरामुळे धास्तावलेली माँ फोनवर म्हणाली, ''ते तुला ओळखत नाहीत.''

माँच्या या वाक्याचा उपयोग झाला.

माझं कुटुंब तीन जणांचं होतं... सगळे अतिहट्टी आणि बुद्धिमत्तेचा स्तर सरासरीपेक्षा अधिक असलेले. आमच्यामध्ये अगदी घट्ट भावबंध असल्यामुळे, आम्हाला एकमेकांचे निर्णय आवडले नसले तरी, आम्ही एकमेकांना पाठिंबा देत असू. आयुष्यात खडतर काळात आपण एकमेकांसोबत असू याची आम्हाला खात्री होती. पण त्यांच्यापैकी कुणी माझ्यासोबत शूटिंगला येणं मात्र अशक्यच होतं. प्रत्येक जण आपल्याला हवं ते करण्यात गर्क होता; ते ग्लॅमरच्या वलयाला भुलणारे नव्हते; त्यांना पैशाचंही आकर्षण नव्हतं आणि 'स्टारडम'च्या झगमगाटाचंही नव्हतं.

मला एकटीलाच राहावं लागणार होतं. एकटीनंच काम करावं लागणार होतं. घरातली कामं तसंच बँकेची खाती, कर, वकील आणि शूटिंगची वेळापत्रकं या सगळ्या गोष्टी मला एकटीलाच सांभाळाव्या लागणार होत्या. ९०च्या दशकाच्या प्रारंभी या देशात आणि खाचखळग्यांच्या, विस्कळीत मनोरंजन उद्योगात 'एकट्या मुलीला' पाहून नीतिवादी भुवया उंचावल्या.

कुटुंब सोबत नसल्याने, जिच्याकडे आधारासाठी जावं अशी रिक ही एकमात्र

व्यक्ती होती. तो निदान मला ओळखतो तरी, असं मला वाटायचं. पण माझी ही समजूत चुकीची होती. आमच्या नात्यावर आधीच उदासीचं मळभ झाकोळलं होतं. किस्सा पैसे का. पैसे... समस्यांची सुरुवात तिथूनच झाली. मला माझ्या पहिल्याच मॉडलिंग असाइन्मेन्टसाठी भरभक्कम पैसे मिळाले होते. रिकनं मला माझं हाँगकाँग बँकेतलं 'सिंगल' खातं 'जॉइन्ट' करायला सांगितलं. म्हणजे त्याला हवे असतील तेव्हा रोख पैसे काढता यावेत यासाठी?

त्याचा निर्लज्जपणा धक्कादायक होता, तसाच त्याचा त्याच्या सहकारी वादकांबद्दलचा 'नवा' हलकटपणाही. मी त्याला पहिल्यांदा भेटले होते तेव्हाच त्याचं 'बंधुभावा'चं तत्त्व कुठे गेलं होतं? आणि हा संयुक्त खात्याचा विषय? तो तर अत्यंत चीडजनक होता. माझ्या कुटुंबात प्रत्येकाचं बँकेत स्वतंत्र खातं होतं. खातेधारकाची इच्छा असेल, तर त्यानं ते स्वतंत्र खातं संयुक्त करणं हा त्याचा विशेष हक्क आहे, ही गोष्ट गृहीतच होती. त्यामुळे रिकनं जेव्हा माझं स्वतंत्र खातं संयुक्त करण्याची कल्पना मांडली, तेव्हा मला ते फार विचित्र वाटलं. मला ते मर्यादा ओलांडणारं वाटलं. तसंच, तो 'उधळ्या' होता. पैशाचं पाकीट भरण्याच्या बाबतीत तो जसा कमजोर होता, तसाच पाकिटात पैसे राखण्याच्या बाबतीतही. तिथेच माझ्या मनात संशयाची बीजं रोवली गेली : रिकची मी त्याला सांभाळावं अशी अपेक्षा आहे की काय?

तो मला अतिशय प्रिय होता... अत्यंत प्रिय. मी कसल्याही चिंता-कुतर्क न करता त्याचं ऐकलंही असतं, पण माझी तर्कबुद्धी मला सांगत होती की, आता नीट विचार करून वागायला हवं... आणि मी त्याला माझ्या बँकखात्याचा 'ॲक्सेस' नाकारला.

वरवर गुलाबी आणि तजेलदार दिसणारे पेरू आतमध्ये वळवळणाऱ्या इवल्या हिरव्या अळीमुळे किडतात.

आमच्या पक्व नात्यानं पुन्हा कधी पंख फडफडवलेच नाहीत.

स्टारडमच्या हातोड्यानं ठोकलेल्या खिळ्यानं त्याचं काम चोख बजावलं. 'सेक्सबॉम्ब' अनूवर सर्व नीतिनियम झुगारून फ्लर्ट करण्याचे आरोप करणाऱ्या, स्त्री-पुरुष दोघांच्याही बाबतीतल्या तिच्या विवाद्य भेदरहित वागण्याबद्दलच्या मीडियातल्या बातम्यांनी ते काम केलं. अनू अगरवालच्या शंकास्पद नीतिमत्तेचा भयंकर विषाणू प्रचंड प्रमाणात पसरला... इतका की, तिच्या साऱ्या आयुष्यावरच त्याचा झाकोळ आला. सेक्स विकला जातो. मी स्वत: न केलेल्या अपराधाबद्दल विनाकारण गुन्हेगार ठरत्येय असं मला वाटत होतं. तो विषाणू रिकच्या विश्वासू धमन्यांतही शिरला होता.

धन्यवाद मीडिया. धन्यवाद स्टारडम.

आणि अशाप्रकारे तो माणूस माझ्या आयुष्यातून वजा झाला... ज्याच्याशी मी

अगदी लग्न करण्याच्या विचाराप्रत पोहोचले होते... सर्वांत जवळ आले होते... ज्याला मी दिल्लीला आमच्या घरी नेलं होतं तो माणूस... अम्माला भेटायला नेलेला पहिला आणि शेवटचा माणूस.

૭૨

'आशिकी' नंतर वर्षभरात मला भरपूर ऑफर्स येत होत्या, खासकरून परदेशातल्या नववर्षाच्या स्टेजशोच्या. त्यातले बहुतांश कार्यक्रम संशयास्पद वाटत होते. अशीच एक ऑफर होती टोरोन्टोमधल्या एका भारतीय माणसाची. त्याचा एकमात्र उद्देश होता पैसा मिळवणे (त्यात गैर काही नाही, पण तो कार्यक्रम प्रवर्तकाच्या पैन्पैच्या मोलाचा असायला हवा). त्याला दर्जा आणि स्टाइल या गोष्टींचा काही गंधही नव्हता. मी असे कार्यक्रम स्वीकारले नाहीत; पण केनयामधला एक कार्यक्रम मात्र इंटरेस्टिंग वाटला. मी त्याबद्दल विचार करत असतानाच एके दिवशी माझ्या दारावरची बेल वाजली.

मी दार उघडलं. समोर एक लहानखुऱ्या चणीची, कोल्हापुरी सपाट चप्पल घातलेली मुलगी उभी होती. मी तिला ओळखलं नाही. ती बिना मेकअपची होती, केसांची वेणी घातलेली होती. अंगात अगदी साधं, सुती, सलवार-कमीज होतं.

"अनू ऽऽऽ!"

ती थरारून चीत्कारली. तिचा आवाज ओळखीचा वाटला. माझ्या डोक्यावरून आठवणींचा एक धूसर ढग गेला आणि मी म्हणाले, "व्हिक्टोरिया?"

मी तिला अखेरची भेटले होते, तेव्हा व्हिक्टोरियानं तिचे पिंगट केस कुरळे केले होते. ते फुगवून जेलनं बसवले होते. तिच्या पायात उंचात उंच 'हाय हिल्स' होत्या. ती बावीसवर्षीय नर्तकी 'फ्लॅमेन्को' हा स्पॅनिश नृत्यप्रकार सादर करण्यासाठी भारतात आली होती. दिल्लीच्या ताजमहाल हॉटेलमध्ये ती नृत्याविष्कार सादर करणार होती.

व्हिक्टोरियानं मला तिची कहाणी सांगितली.

दिल्लीच्या हॉटेलमधल्या तिच्या कार्यक्रमानंतर दोन दिवसांनी तिचा मुंबईच्या ताजमहाल हॉटेलमध्ये कार्यक्रम होता. त्या दोन दिवसांच्या सुट्टीदरम्यान ती हृषीकेशला एका आश्रमात गेली होती.

तिथे तिची एका स्वामींशी भेट झाली. ते दोघं एकमेकांमुळे इतके प्रभावित झाले की, ती पुन्हा परत गेलीच नाही.

त्यांची गुप्त 'कोर्टशिप' आठ महिने सुरू होती. त्यांनी गुपचूप लग्न करायचंसुद्धा ठरवलं होतं. तिची स्पॅनिश आईही फ्लॅमेन्को नर्तिका होती. तिनं लंडनला जाऊन चर्चमध्ये कॅथलिक ख्रिश्चन पद्धतीच्या लग्नाची सगळी तयारी केली. मधुचंद्रासाठी

खोली 'बुक' करण्यात आली. ती खोली फुलांनी शृंगारण्यात येणार होती.

सगळ्या गोष्टी ठरल्यानुसार पार पडल्या असत्या, तर व्हिक्टोरिया आणि स्वामी चर्चमध्ये लग्न करून, स्पेनमध्ये मधुचंद्र साजरा करून भारतात परत आले असते. ते धोती परिधान करून आणि ती सलवार-कमीज. आणि त्यानंतर त्या आश्रमात कायमचे सुखानं राहिले असते... पूर्वीप्रमाणेच गुप्तता राखून. कुणाला काही सांगायची गरज नव्हती.

विमानाची आरक्षणं, स्वीटची बुकिंग, पाहुण्यांना आमंत्रणं वगैरे सगळ्या गोष्टी व्हिक्टोरियाच्या आई व भावांनी करून ठेवल्या होत्या. सगळी सज्जता झाली होती... आता फक्त वर आणि वधू येण्याची प्रतीक्षा होती.

लंडनला जाण्याच्या दोन दिवस आधी स्वामींनी सगळ्या बेतावर पाणी पाडलं. ते गंभीर आजारी पडले. संन्यासी म्हणून जी ब्रह्मचर्याची प्रतिज्ञा केली होती, त्याच्याशी कदाचित याचा संबंध असावा. मग नियोजित वधू व्हिक्टोरिया तिच्या नियोजित वराची परिचारिका बनली. हृषीकेशमध्ये गंगेच्या तीरी त्यांची सेवा करू लागली.

स्वामी ग्लानीत होते. व्हिक्टोरिया त्यांची देखभाल करत त्यांच्या बिछान्याशी बसून होती. ते बरे झाले की सगळं नीट होईल याची तिला खात्री होती. फक्त लग्नाचा बेत तडीला गेलेला नव्हता; पण ते काय नंतरसुद्धा करता येऊ शकतं.

स्वामी रात्रंदिवस झोपून होते. बहुधा गेल्या आठ महिन्यांतल्या त्यांच्या खोटारडेपणाचा अखेर त्यांना प्रचंड शीण आला असावा. आश्रमातील त्यांच्या स्पॅनिश प्रेमप्रकरणाबाबत अत्यंत गुप्तता राखण्यात आली होती. कुणालाही याबद्दल संशयसुद्धा आला नव्हता.

अखेर, आठवड्याभरानं ते बरे झाले तेव्हा त्यांच्या मनात अपराधी भावनेनं उचल खाल्ली होती. त्यांचं पूर्ण ब्रह्मचर्य पाळत सुरू असलेलं आयुष्य भलत्याच मार्गाला जात असल्याबद्दल त्यांनी व्हिक्टोरियाला दूषणं दिली. तिनं त्यांना नाजूक बायकी जाळ्यामध्ये गुरफटून टाकल्यामुळे त्यांची निर्वाणाच्या दिशेनं वाटचाल होत नसल्याबद्दल त्यांनी तिला दोषी धरलं. त्यांनी त्यांच्या संन्यस्त जीवनाच्या प्रतिज्ञांकडे परत जायचं याचाच अर्थ होता– व्हिक्टोरियानं चालतं व्हायचं. त्यांनी तिला आश्रमातून जबरदस्तीनं हाकलून दिलं.

भावनातिरेकानं वेड लागायची वेळ आलेली व्हिक्टोरिया गंगेच्या किनारी बसलेली असताना, मानवी वेशातला एक देवदूत अवतरला आणि तिला विपश्यना ध्यानाकडे घेऊन गेला... त्यामुळे तुझं दुःखं दूर होईल असं त्यानं तिला सांगितलं.

आणि तसं घडलं.

मी तिची कहाणी ऐकताना जागीच खिळ्ळे होते. विपश्यनेबद्दल आजवर मला

काहीच माहीत नव्हतं; पण आता मात्र माझी जिज्ञासा चेतली होती. मी आफ्रिकेला जाण्याचा बेत गुंडाळून ठेवला. मी गोंधळून गेले होते. या अनपेक्षित, आकस्मिक स्टारडमशी कसं जुळवून घ्यायचं? मग मी आणि व्हिक्टोरियानं दहा दिवसांच्या विपश्यना कोर्ससाठी नावनोंदणी केली. हा कोर्स दुसऱ्या दिवशी सकाळी सुरू होणार होता. आम्ही रात्रभर प्रवास करून कच्छला गेलो.

आम्ही 'फसवायचे नाही, खोटे बोलायचे नाही, चोरी करायची नाही, लैंगिक दुराचार करायचा नाही आणि अमली पदार्थांचे सेवन करायचे नाही' या पाच नियमांबरोबरच मौन पाळण्याचंही कबूल केलं.

माझा पहिला कोर्स खरोखर अवघड होता. दिवसभरात आठ तास हालचाल न करता, न बोलता कसं राहायचं? तेसुद्धा जमिनीवर एकाच जागी, एकाच अवस्थेत बसून? ध्यानामध्ये मी अप्रामाणिकपणे सुटकेचे मार्ग शोधत होते. मी इथे दहा दिवसांसाठी नोंदणी केली आहे आणि इथे दहा दिवस राहायचं आहे, या गोष्टीनं मी बिथरले होते. जर मी इथून पळून गेले असते, तर मी अपयशी ठरले असते.

आणि मी हरण्यासाठी जन्माला आलेली नाही.

मी तिथेच राहिले.

तीन दिवसांच्या सुरुवातीच्या प्रतिकारानंतर... सातव्या दिवशी मात्र मला माझं सर्वांग थरथरतंय असं जाणवलं. माझ्या देहातली प्रत्येक पेशी... प्रत्येक अणुरेणू घंटानाद करत होता, गाणं म्हणत होता, नृत्य करत होता. प्रत्येक मूलकणाच्या हालचालीचा ताल अपूर्व होता. इंद्रधनुष्य उमटलं होतं.

३ जानेवारी, १९९१ रोजी मी मुंबईला परत आले आणि ठरलेल्या वेळी शूटिंगला पोहोचले. महिन्याभरापूर्वी मी राकेश रोशन यांच्या 'किंग अंकल' सिनेमातली एक टिपिकल, काहीशी बेअकली तरुणीची– गोव्याच्या फॅनी या पोर्तुगीज मुलीची भूमिका स्वीकारली होती. ही भूमिका 'आशिकी'तल्या अंतर्मुख अनाथ मुलीच्या भूमिकेपेक्षाही पूर्ण वेगळी होती. ही भूमिका सृजनात्मक होती आणि धमालही.

೧೩

'किंग अंकल' खेरीज मी 'गजब तमाशा' हाही सिनेमा पूर्ण केला. हा कौटुंबिक सिनेमा होता, त्यात मी झोपडपट्टीतल्या तरुणीच्या भूमिकेत होते. त्या दरम्यान मला जराही उसंत नव्हती. १९९२ सालाच्या प्रारंभी मणिरत्नम यांच्या ऑफिसमधून फोन आला. मी त्यांच्यासोबत सिनेमा करीन का? चंद्रलेखा या अंडरवर्ल्ड सम्राज्ञीची जबरदस्त भूमिका करीन का?

व्वा! तुम्ही कधी ओरॅकल डान्स पाहिला आहे का? मला ही ऑफर येताच मी उठून नाचू लागले. व्वा! मणी, विलक्षण कलावंत... ते मला फोन करत

आहेत... जिच्या नावावर फक्त एक सिनेमा जमा आहे? जाहिरात क्षेत्रातले बॉलिवूडला तुच्छ लेखणारे दिग्गजसुद्धा मणींना मानत असत... *त्यांना दोनऐवजी चार हात आहेत का?*

मणींच्या 'तिरुडा तिरुडा' सिनेमाची चित्रीकरण स्थळं चेन्नईपासून किमान तीन तासांच्या अंतरावर होती. मणींनी बहुतेकसे 'क्लोज-अप्स' संधिप्रकाशात किंवा पहाटेच्या ताज्या तेजस्वी वातावरणात चित्रित केले. ते परिपूर्ण कलावंत होते... झाडाचं बी लावण्याआधी प्रत्येक खड्ड्यातली माती... प्रत्येक खडान्खडा दूर करणारे आणि ते झाड मोठं झाल्यावर कसं दिसेल याचा त्याचवेळी विचार करणारे.

त्यांना काम करताना पाहणं आनंददायी असे. आणि आमचं अंतिम ध्येयही समानच होतं... दर्शकांसाठी लक्षवेधी कलाकृती निर्माण करणं, त्यांचं मनोरंजन करणं, त्यांना त्यांच्या दैनंदिन आयुष्यातून विरंगुळा देणं.

त्या दक्षिण भारतीय सिनेमाच्या क्रूला आपण काय काम करत आहोत याची व्यवस्थित कल्पना होती. त्यांचा मेकअपमन दररोज सकाळी, जी वेळ दिलेली असेल त्या वेळी, बरोबर ठोक्याला माझ्या हॉटेलरूमवर हजर असायचा. साधी सुती शुभ्र धोती आणि कपाळावर लाल गंध... तो आंघोळ करून, सौंदर्यदेवतेची पूजा करून आला आहे हे सांगणारं.

तो धोतीधारी रंगभूषाकार बॉलिवूडमधल्या त्याच्या बहुतेकशा समव्यावसायिक व्यक्तींपेक्षा अधिक प्रगत होता. त्याला आंतरराष्ट्रीय मेकअप उत्पादनांचं अद्ययावत ज्ञान होतं.

दिग्दर्शक काम करत असताना सगळी टीम 'रेड अलर्ट'वर असायची. ते दिग्दर्शकाची पूजा करत असत. आणि माझ्या 'अ-नायिका' वागण्यानं त्यांचा आ वासलेला असे– त्यांनी मला 'मूड रिंग' घातलेल्या बोटात धरलेल्या कॅमल सिगारेट एकामागून एक फुंकताना पाहिलं होतं. आणि 'आई' किंवा घरातलं कुणी/ चमचे अशा कुठल्या लवाजम्याविना शूटिंगला अगदी वेळेवर हजर झालेलं पाहिलं होतं. बॉलिवूडमधल्या नायिकांना नाचता येत नाही, अशी सेटवरच्या २५० सुबक- देखण्या नर्तिकांची समजूत होती. कोरिओग्राफरही त्याबद्दल साशंकच होते.

पण शूटिंगच्या दुसऱ्या दिवशी ते माझ्याकडे आले. *त्यांच्या रापलेल्या चेहऱ्यावरच्या दाढीतून त्यांचे दात बाहेर डोकावले.*

"हे या दशकातलं सर्वोत्तम गाणं होईल... साँग ऑफ द डिकेड!"

ते संपूर्ण गाणं म्हणजे मी साकारत असलेल्या चंद्रलेखा या सौंदर्यदेवतेचं वर्णन होतं.

हा माझा दक्षिणेतील पहिला आणि एकमात्र चित्रपट होता. मणींनी बॉलिवूडमधल्या ज्या तारकांची दखल घेतली, त्या पहिल्या तारकांच्या पंक्तीत बसण्याचा मला मान

लाभला आहे असं मला वाटत होतं.

୧୨

१९९२ हे वर्ष 'खलनायिका' साकारण्यात गेलं. ही नकारात्मक पण शीर्षकभूमिका होती... मणींच्या अंडरवर्ल्ड सम्राज्ञी 'चंद्रलेखा'च्या पाठोपाठ आलेली. एकाच वर्षात दोन पूर्णत: विरुद्ध प्रकारच्या भूमिका करणं हे अनेक अर्थांनी आव्हानात्मक होतं. दर महिन्यात पंधरा दिवस या दोन्हींपैकी एका सिनेमाचं शूटिंग असायचं.

'खलनायिका' सिनेमाचं सबटाइटल होतं– 'रिव्हेन्ज हर ओन्ली डिझायर'. या पात्राच्या मानसिकतेची तीव्रता आणि झपाटलेपण मोठं विलक्षण होतं. दिग्दर्शक सावनकुमार यांनी मला 'द हॅन्ड दॅट रॉक्स द क्रेडल' दाखवला होता आणि यातली मुख्य भूमिका करशील का, असं विचारलं होतं. मी ही भूमिका करायला तयारी दर्शवताच ते रोमांचित होऊन त्यांच्या स्टाफला म्हणाले : पाहिलीत ही अनू? हुशार तरुण मुलगी. आपल्या बॉलिवूडमधल्या वयस्क 'लॉट'सारखी नाहीये ही! फट जाती है उनकी 'निगेटिव्ह' रोल के नाम से... त्यांच्या त्या जुन्या मूर्ख रोमॅन्टिक मुलींच्या भूमिका... त्या वेगळं काही पेलूच शकत नाहीत.

त्यांना माझा अभिमान होता, त्याची 'केमिस्ट्री' जुळण्यास नेहमीच मदत व्हायची.

सर्वसाधारणपणे, मी एखाद्या भूमिकेबद्दल ऐकायचे तेव्हा त्याबद्दल लगेच मत बनवत नसे. ती भूमिका सहृदयी बाईची आहे की दुष्ट बाईची यावर माझा निर्णय अवलंबून नसे. त्यापेक्षा, ती भूमिका इंटरेस्टिंग आणि ताकदीची आहे का, वास्तवात प्रत्येक व्यक्तीमध्ये जशा परस्परविरोधी छटा असतात, तशा त्या भूमिकेला आहेत का, याला माझ्या दृष्टीनं अधिक महत्त्व असे.

१९९३ मध्ये हॉटेल ताजमध्ये एका सिनेमा पार्टीत सुप्रसिद्ध अभिनेता अमिताभ बच्चन माझ्याजवळ येऊन सुपरहिरोच्या सौजन्यानं खाली झुकून म्हणाले : "व्वा! खलनायिका... 'आशिकी'नंतर अवघ्या दोनच वर्षांत!"

बहुधा 'खलनायिका' सिनेमासाठी माझं फिल्मफेअर पुरस्कारासाठी नामांकन झाल्यामुळे त्यांच्याकडून ही कौतुकाची पावती मिळाली असावी.

୧୨

काळ जसजसा पुढे सरकत होता तसतसं मला मीडियाच्या फालतू आणि मूर्ख प्रश्नांना उत्तरं देणं अधिकच अवघड वाटू लागलं होतं. म्हणजे लैंगिक विषयासंदर्भातलं माझं वागणं किंवा माझं 'अविचारी धाडसी' आयुष्य याबद्दल खोदून चौकशा करणारे प्रश्न मला आवडत नव्हते अशातला भाग नव्हता, पण बहुतेकसे पत्रकार कसल्याही गृहपाठाविना यायचे, त्याचा मला वैताग यायचा. मला ते कंटाळवाणं होत असे.

एखादी तरुणी आईवडील किंवा जोडीदाराविना एकटी कशी राहते याचं त्यांना प्रचंड नवल वाटायचं. किती कंटाळवाणं ना!

यशाच्या दुधात मत्सराचं जहर फार वेगानं मिसळत गेलं. शोबिझमधल्या तीन वर्षाच्या काळानंतर 'सेक्सी परी' रक्त ओकू लागली होती. हृदयसिंहासनावर विराजमान होण्याचं स्वप्न पाहणाऱ्या रतीला बाहेर पडायचं होतं.

पिकलेल्या काकडीनं वेलावरून गळून पडावं तसं मला बॉलिवूड/मॉडलिंग क्षेत्रातून बाहेर पडायचं होतं.

त्या दरम्यान मी भावनिकदृष्ट्या अत्यंत कष्टी होते. माझ्या प्रेमबंधांवर कृष्णछाया झाकोळली होती.

'इरॉटिक' प्रयोग

मी चित्रपटतारका असताना टीव्हीबद्दल जराशी मवाळ झाले होते. त्याच दरम्यान एमटीव्हीनं माझ्याशी संपर्क साधला. त्यांना भारतात पाय रोवायचे होते. त्या वेळी हे चॅनल हाँगकाँगस्थित होतं. त्यांना भारतीय टीव्हीवर फक्त दोन तासांचा 'स्लॉट' मिळालेला होता. त्यांना इथे सर्वोत्तम कार्यक्रम द्यायचा होता. भारतात हिंदी सिनेमांचं असलेलं प्रचंड आकर्षण पाहता, त्यांनी सादरीकरणाची नवी शैली आणली होती – हिंग्लिशची.

आमची कफ परेडच्या ओबेरॉय हॉटेलमध्ये भेट झाली, त्या वेळी त्यांनी एका आघाडीच्या चित्रपटतारकेनं व्हीजे बनवण्यात रस दाखववावा या गोष्टीचं सुखद आश्चर्य वाटल्याचं सांगितलं.

मग मी त्यांना मला त्यांचे प्रोमोज आवडल्याचं आणि व्यक्तिश: मी त्यांच्याशी 'रिलेट' होऊ शकेन असं सांगितलं.

मी आधीच तारखा दिलेल्या असल्यामुळे एमटीव्हीनं माझ्या सोयीनं वेळ जुळवून घेतली. त्यांच्या आठवडी कार्यक्रमात मी अगदी निवांत, संभाषणशैली सादर करायचे. 'व्हीजेइंग'ची हलकंफुलकं उत्स्फूर्त बोलण्याची पद्धत नवी आणि सर्जनशील होती... खूपच छान. मला ते आवडलं. आणि कॅमेऱ्याच्या 'लो-अँगल'मध्ये माझा मांड्यांपर्यंतच्या उंचीचा स्कर्ट कसा दिसतो तेही मी पाहिलं.

त्याच दरम्यान टाटा टी आला. ज्या काळी बॉलिवूडमधले तारे जाहिरातीत तसे दिसत नसत, त्या वेळी मला त्यांची जाहिरातीची ऑफर आली. 'ब्रँड अॅम्बॅसडर' ही संकल्पना नव्यानं येत होती... अनू ताजगी दे दे, टाटा की चाय दे...

त्याच वेळी 'लिंटास' या जाहिरात संस्थेच्या क्रिएटिव्ह हेडनी अक्षरश:

माझ्यासमोर लोटांगण घ्यायचंच बाकी ठेवलं होतं. मी कॉन्डमची जाहिरात करावी यासाठी ते हात धुवून मागे लागले होते.

मी त्यासाठी विश्वास बसणार नाही इतकी भरभक्कम किंमत मागितली आणि सुरक्षित प्रणयकलेचा प्रसार करणाऱ्या 'कामसूत्र'ची जाहिरात केली.

''ओ अनू, हे कसं काय केलंस तू? तू एका कॉन्डमची ब्रँड अँबॅसडर बनणार आहेस, तेसुद्धा करिअरच्या शिखरावर असताना? याचे विपरीत परिणाम होतील,'' मिडियातल्या एका दिग्गजांनं मला सावध केलं.

पण मी माझी त्यामागची भूमिका त्याला सांगितली नाही... मला वाटत होतं की, भारतातल्या बहुतेक लोकांनी मनात दडपलेल्या भावनांच्या शृंखलांतून मुक्त होण्याची गरज आहे. अगदी सुरुवातीपासूनच माझा हा विचार होता. कॉन्डमची जाहिरात हे याच दिशेनं टाकलेलं पाऊल होतं... जरी हे धाडस करणारी मी एकमात्र तारका असले तरी.

मला लेडी हार्डिंग हॉस्पिटल आठवलं. तिथे गर्भपात करून घेण्यासाठी आलेल्या, कधीही न संपणाऱ्या रांगेत उभ्या असलेल्या, चौदा ते चाळीस वयोगटातल्या उद्विग्न बायका मी पाहिल्या होत्या... कत्तलखान्याच्या हातगाडीवर कोंबड्या गच्च कोंबलेल्या असाव्यात तशा... नकोशा, अवांछित, अवैध गर्भारपणापासून सुटका होण्याची वाट बघत असलेल्या. काही बायकांना तर ते ओझं इतकं जड व्हायचं की त्या कोसळायच्या... नैराश्यानं धाय मोकलून रडायच्या किंवा त्यातून सुटका होऊ शकत नसल्यानं त्यांना फिट्स येऊ लागायच्या. सोशल वर्कमध्ये मास्टर्स करत असताना, फील्डवर्कचा भाग म्हणून माझी अशा स्त्रियांचं समुपदेशन करण्यासाठी नेमणूक झाली होती.

आता, काही वर्षांनंतर 'स्टार' म्हणून मला कॉन्डमची 'ब्रँड अँबॅसडर' होण्याबद्दल विचारणा झाली, तेव्हा मला विलक्षण आनंद झाला. आता मी कीर्तीच्या शिखरावरून ओरडून सांगणार होते... लोकांची त्यांच्या लैंगिक भावना दडपण्यापासून सुटका होण्याबद्दल आणि मुलाची हत्या करण्याऐवजी, मुळात ते मूल गर्भात प्रवेशूच नये यासाठीच्या उपायाबद्दल.

नंतर, मला जाहिरातपट बनवणाऱ्या व्यक्तीनं सांगितलं की, तू जर ही कॉन्डमची जाहिरात केली नसतीस, तर 'पेप्सी'च्या लोकांनी त्यांच्या जाहिरातीसाठी तुझा विचार केला असता... सॉफ्ट ड्रिंक आणि कॉन्डम ही प्रतिस्पर्धी उत्पादनं कधीपासून बनली होती?

॰३

चव्हाट्यावर येणारं खासगी आयुष्य आणि ग्लॅमरचे पंख लावून उडू लागलेलं सार्वजनिक आयुष्य यांच्या डोक्यात चढणाऱ्या, असह्य मिश्रणात... माझं कामच

माझं तारणहार बनलं होतं. माझ्या वरळीतल्या अपार्टमेन्टमधून समुद्र दिसायचा... हेलकावणारा, सदैव सुस्वभावी, काहीसा गूढ. माझ्या विराण अपार्टमेन्टमध्ये चटईवर पडून चांदण्यात न्हात मी कित्येक पौर्णिमा एकाकी घालवल्या आहेत. १९९४ साली मीडियाकडून 'स्टाइल आयकॉन' ही उपाधी मिळाल्यानंतर, पत्रकार सुमा वर्गीस यांनी मला 'Anusual' हे बिरुद दिलं.

आशिकीच्या प्रचंड यशानं माझ्या करिअरचा वारू जोरात दौडत होता. मी भरपूर मानधन घेऊ शकत होते. मला ऑफर होणाऱ्या शेकडो चित्रपटांमधून एखादीच मुख्य भूमिका स्वीकारू शकत होते. मला कुणाचेही कुठल्याही गोष्टीसाठी पाय चाटावे लागत नव्हते. मला प्रचंड यश लाभलं होतं... सुपरसक्सेस... सुपरसेक्स... सुपरफेम... सुपरफ्रेम. त्यामुळे मला या जगातील कुठलीही मोहमयी गोष्ट मिळू शकत होती. धन्यवाद.

मनोरंजनात्मक बातम्या मिळवणाऱ्या मंडळींना संशय होता की, माझी ही परिपूर्ण वाटचाल सुरू आहे ती कुणा एका व्यक्तीमुळे नव्हे, तर अशी अनेक छुपी प्रेमप्रकरणं असणार. आणि या तर्कामध्ये पुरुष कमी होते म्हणून की काय, ते आता बायकांवरही उड्या मारू लागले होते. या तर्काचा मला भयंकर संताप यायचा... माझं सत्यावर जितकं प्रेम आहे तितकंच माझं स्त्रियांवर प्रेम आहे, पण माझ्यात लैंगिक भावना चेतवू शकेल अशी स्त्री मला अजून भेटलेली नाही. पण हे सगळं समजावून सांगायला कुठून सुरुवात करायची?

त्याच दरम्यान 'इरॉटिका' आला. वर्षभरापूर्वी, रेगिना झिग्लर या जर्मन प्रॉडक्शन हाउसला एक छानशी कल्पना सुचली होती. त्यांनी 'इरॉटिका' नावानं अत्यंत कलात्मक अशा 'त्रिदल' सिनेमाची निर्मिती करायचं ठरवलं होतं. त्यासाठी त्यांनी बारा देशातल्या बारा दिग्दर्शकांशी संपर्क साधून, त्यांना त्यांच्या मते 'इरॉटिक' म्हणजेच कामोद्दीपक म्हणजे काय ते मांडण्याचं मुक्त स्वातंत्र्य दिलं. अंतिमत: यापैकी तीन सिनेमे निवडले जाणार होते, त्यांना अर्थसाहाय्य पुरवलं जाणार होतं. त्यांना कान्स फिल्म फेस्टिव्हलमध्ये सिनेमा प्रदर्शित करण्याची संधी मिळणार होती. यासाठी भारतातून मणी कौल या दिग्दर्शकाची निवड झाली होती. त्यांनी मला त्यांच्या सिनेमात मुख्य भूमिका करण्याबद्दल विचारलं. ही भूमिका होती एका भारतीय राजकुमारीची. ती तिच्या पोपटाशी तिच्या विषयवासनांबद्दल बोलत असते. या प्रचंड ताकदीच्या भूमिकेला मी नकार देऊ शकत नव्हते. बरेचसे तारे जसं कान्स फिल्म फेस्टिव्हलच्या रेड कार्पेटवर फक्त चालत जातात, तसं माझं होणार नव्हतं. माझा सिनेमा आंतरराष्ट्रीय फिल्म फेस्टिव्हलमध्ये प्रदर्शित होणार होता... अशा चित्रपट महोत्सवांमध्येच सर्वांना पाहता येणार होता. स्वप्नवत वाटत होतं!

कोणतीही गोष्ट कधीही घडू शकते, 'कारण प्रेम काळ अथवा नियमांची पर्वा करत नाही'... 'कामसूत्र' लिहिणाऱ्या वात्सायनाने म्हटलं आहे.

प्राचीन भारतीय किल्ल्यातल्या भव्य आणि वैभवशाली प्रासादात कुरंगी एकटी पडलेली आहे. पौर्णिमेच्या चांदण्यात तिचा देह चमकून उठला आहे... उत्कट इच्छेतून डवरलेल्या घामानं. ही तिची रात्र आहे. तिचा आतुर प्रेमी अखेर तिथे आला आहे.

तिच्या कामातुर, जड श्वासोच्छ्वासासोबत तिचे अनावृत्त वक्ष वरखाली होत आहेत. तिच्या नाभीचा गोल खळगा भरतीच्या समुद्रातल्या लाटांसारखा वरखाली हेलकावतोय. तिच्या घोटीव कमरेवरचा सुवर्णाचा नाजूक कंबरपट्टा एका बाजूला झुकलेला आहे. तिच्या घाग्याभोवती गुंडाळलेलं लाल रेशमी वस्त्र अत्यंत सुबक राजस्थानी कारागिरीनं चमकतं आहे.

तिच्या अनावृत्त खांद्यांना आणि पाठीला जमिनीवरच्या उत्तम सागवानी लाकडाचा सुखद स्पर्श होताच, पुढच्या घटनांच्या चाहुलीनं तिच्या अंगावर शिरशिरी उठली आहे. चांदण्यात नहात असताना तिला लाकडाची करकर... बाहेरच्या सरोवरातील पाण्याच्या लाटांचा हळुवार नाद... जोडीदाराला आकर्षित करण्यासाठी मोराचं पर्जन्यनृत्य ऐकू येत होतं. तिचे डोळे मिटले होते... ओठ किंचितसे विलग... नेहमी तेजानं चमकणारा ध्रुवतारा आज कधी नव्हे इतका तेजस्वी दिसत होता.

ही तिची रात्र होती... तिचं स्थान होतं... तिची उत्कटता होती.

चंद्रमहालात काही वेळातच तिच्या कल्पनेतल्या सगळ्या विषयवासना, लैंगिक इच्छा, कामोत्तेजना तृप्त होणार होत्या. तिचा उंच, सावळा देह पुरुषस्पर्शाच्या अपेक्षेनं थरथरत होता. आभाळीचा चंद्र अतृप्त इच्छेनं तेवत होता.

तिनं अग्रसेनाला तिच्या जवळ उभं असलेलं पाहताच तिच्या मनात आलं, माझ्याशी प्रणय करणारा तू पहिला पुरुष असशील. पण ती गप्प राहिली... त्यामुळे कदाचित तो कचरेल आणि मागे सरकेल या भयानं.

तो त्या भव्य दालनात प्रवेशला होता, तिला ते कळलंही नव्हतं. दार अर्धवट उघडंच होतं... त्याच्यासाठी? त्यानं राजकन्येचे वक्ष जड झाल्याचं पाहिलं. त्याच्या मनात आलं... एकदम परफेक्ट... सुयोग्य आकार... ना लिंबांएवढे लहान, ना खरबुजाएवढे मोठे.

त्या लालचुटुक मादक ओठांचं चुंबन घ्यावं. त्या घाटदार वक्षांना उराशी घट्ट धरावं, कामसूत्रातल्यासारखं तिला नखांनी ओरखडे काढावेत... त्याच्या मनात येत होतं...

पण ही फक्त तीव्र इच्छा नाही. त्याला त्यापेक्षाही खोलवर काहीतरी जाणवलं. ते काहीतरी नैसर्गिक होतं.

तिची मजबूत स्तनाग्र... चिंचेच्या कोळाच्या रंगाची... जवळून पाहताना तो कामोत्तेजित झाला. तिचे पाय त्याच्यापेक्षा लांब होते... लाल रेशमी वस्त्रानं अर्धवट झाकलेले... विलग होण्यास आतुर असलेले. त्यानं तिच्या चेहऱ्यावर मस्तक झुकवलं. त्यांचे चेहरे एकमेकांच्या समीप आले आणि हजारो शब्द ओठांतच राहिले. त्यांचे डोळे एकमेकांत गुंतले. त्यानं आवेगानं तिला जवळ ओढलं. त्याचा चेहरा तिच्या ओठांच्या आणखी जवळ आला... आणि धडाम्! तो आवाज ऐकून तो एकदम दचकला... त्यानं खाली पाहिलं... तो तोच पोपट होता, जो राजकन्येचं आमंत्रण घेऊन नदीपार आला होता. चोचीत धरून आणलेलं ते आमंत्रण त्यानं अग्रसेनाच्या पायाशी टाकलं होतं.

''अरे, मला दूर लोटू नका,'' पोपट उजळ, तेजस्वी रंगानं चमकत होता. अनू खुदुखुदु हसली.

त्यानं अशी स्त्री कधी पाहिली नव्हती.

त्याला ती देवता वाटली... तिला अलंकृत करू या, तो मनाशी म्हणाला. तो तिच्या पायांजवळ गेला. त्याच्या उजव्या बाजूला, भव्य गवाक्षातून रहस्यमय काळ्या आभाळात लुकलुकणारे असंख्य तारे दिसत होते. ताज्या केशरी पानांपासून केलेला रंग घेऊन तो तिच्या पायांची नखे रंगवू लागला...

୧୪

एके दिवशी संध्याकाळी मी शूटिंगनंतर नीमरानामधल्या माझ्या खोलीवर पायी परत येत होते. खुल्या सज्जात लक्षावधी ताऱ्यांखालून जाताना माझ्या मनात आलं –

कामोत्तेजना आणि पोर्नोग्राफी यात काय फरक आहे?

एक – जरासं दाखवून, बाकी दडवून चेतवते आणि दुसऱ्यात – जरा जास्तच उघडं करून दाखवणं हा उद्देश असतो. सगळं खुलं. माझी पहिल्याला पसंती आहे. लैंगिकतेतील भोगासक्तीला. केवळ लैंगिकतेतील लैंगिकतेला नाही.

नीमराना किल्ल्यात भोगासक्ती होती... अंघोळीत, अभिनयात, खाण्यात, चालण्यात, झोपण्यात. आपली स्वत:ची पसंती शोधून काढावी.

तिथे रोज रात्री साडेदहा वाजता शूटिंग सुरू होत असे, ते सकाळी सहा वाजेपर्यंत चालत असे. तिथे आपण आतमध्ये पूर्ण झाल्याची जाणीव होत असे... आणि अर्थातच आत्मशोध घडत असे. मणी कौल १.८५ फॉर्मॅटमध्ये शूटिंग करत होते, म्हणजे जवळजवळ सिनेमास्कोपसारखंच... लांब... रुंद! मला त्याची फलनिष्पत्ती पाहायची होती.

मणी कौलनी मला कौतुकाची पावती दिली –

''मला आश्चर्य वाटतंय की, अभिनेत्रीचं संभाषण माझ्या कामाच्या आड येत नाहीये. सामान्यत: हे फाऽऽऽर अवघड असतं.''

मी मला जाणवलेल्या भावना संयमितपणे व्यक्त करते, ही गोष्टही त्यांना आवडायची.

२० ऑक्टोबर, १९९५ सकाळी ६:४५, जयपूर

शूटिंग संपलं. सिनेमाची पहिली प्रिंट जानेवारीच्या पहिल्या किंवा दुसऱ्या आठवड्यात बाहेर येणार होती. सिनेमाचं नाव ठरलं होतं 'क्लाउड डोअर'. लंडनच्या रँक स्टुडिओत सिनेमाची उर्वरित प्रक्रिया पार पडणार होती.

'व्हरायटी' या हॉलिवूड व्यापाराच्या आद्य पवित्र ग्रंथात समीक्षक टॉड मॅक्कार्थींनी 'क्लाउड डोअर'ची अफाट स्तुती केली होती. कान्स फेस्टिव्हलमध्ये निवड झालेल्या इतर चित्रपटांमध्ये हा चित्रपट म्हणजे 'स्टनर इन द बंच' असल्याचं त्यांनी म्हटलं होतं –

''त्याचं चित्रमय सौंदर्य, हळुवारपणे उमलणारी कामुकता आणि विलक्षण विनोद यांचा समृद्ध मिलाफ घडला आहे.''

'द न्यू यॉर्क टाइम्स'मध्ये 'व्यावसायिक सिनेमापेक्षा पूर्ण वेगळा आणि उपहासात्मक' अशा शीर्षकाखाली म्हटलं होतं –

'क्लाऊड डोअर ही तेजस्वी रंगाच्या प्रतिमांची मालिका आहे, जी जवळपास कथाच सांगते : एक सुंदर तरुणी; बहुधा गणिका, एक हिरवा, लांब शेपटाचा पोपट... तिच्या दालनात ऐकलेले कामोत्तेजक शब्दप्रयोग बोलून दाखवणारा, उत्कट प्रेमी; हसणारा मासा.''

'फिल्मफेअर'मध्येही 'अनूज इरॉटिक टेल' या नावानं भलंमोठं कव्हरेज मिळालं होतं. 'क्लाउड डोअर'ची जगभरातल्या तीस प्रमुख चित्रपट महोत्सवांत निवड झाली होती. 'संडे टाइम्स'मध्ये त्याबद्दल मोठाच्या मोठा लेख आला होता!

'इरॉटिका' अनेक अर्थांनी सुखद ठरला. माझ्या दृष्टीनं तो अभिनय, यश आणि ग्लॅमर अशा सर्व आघाड्यांवर फलदायी ठरला. मी ज्या 'ग्लॅम-कार्ट'मध्ये होते, तिथे तो 'अखेरचा धक्का' देणारा ठरला.

त्यानंतर मी अभिनयातून 'ब्रेक' घेतला, पण हा ब्रेक दीर्घकाळ ठरणार आहे हे मला त्या वेळी माहीत नव्हतं.

⁊

चाहत्यांच्या कौतुकाचा वर्षाव विनम्र करणारा होता, ही गोष्ट मी नाकारूच शकत नाही. पण आता मला खासगी आयुष्य उरलं नसल्यानं मी मुंबईत अस्वस्थ

झाले होते. मग मी एका अग्रणी सिनेमासिकाचे संपादक खालिद महंमद यांना माझा 'ब्रेक' घेण्याचा निर्णय सांगितला, ज्यायोगे ही गोष्ट लोकांना कळावी, पण त्यांनी तो छापायला नकार दिला. माझ्याकडे अशा नजरेनं पाहिलं की, यशाच्या शिडीच्या सर्वांत वरच्या पायरीवर नुकतंच माझं डोकं आपटलं असावं.

"नाही, अनू, तू जाणार नाहीयेस. असं कधी ऐकलं नव्हतं."

मग त्यांनी माझ्यासारख्या 'लहान' मुलीनं असल्या मूर्खांसारख्या विचारांना का थारा देता कामा नये, यावर व्याख्यान द्यायला सुरुवात केली.

मला कुणीच समजून घेतलं नाही. तो भावनिक आघात होता, त्याचा आवाका मोठा होऊ लागला होता... अशावेळी मानसिक स्वास्थ्य निरोगी राखण्यासाठी 'ग्लॅमबिझ'पासून दूर जायला हवं, हे मी ओळखलं होतं.

෬

त्यानंतर, जुलै महिन्यात ऑलिव्हर आला. एका वृत्तपत्रातल्या बातमीचा मथळा होता : 'रोमान्सिंग द स्टोन'; ऑलिव्हर स्टोनच्या (जुन्या) फोटोखाली ओळ होती, 'स्टोन... स्मिटन'. म्हणजेच स्टोन अनूच्या आकंठ प्रेमात. त्या लेखात डिनरचा वृत्तान्त होता आणि ऑलिव्हर अनू अगरवालच्या प्रेमात बुडून तिच्याकडे म्हणजेच 'अनू-वर्ड्स' कसा खेचला जात होता याबद्दल लिहिलं होतं.

ऑलिव्हर भारतात आला तेव्हा सिनेमा वर्तुळातील माणसांकडून लाभलेल्या कौतुकानं तो स्तिमित झाला होता. काहींनी त्याला भेटायला बोलावलं होतं.

मला पाहताच तो माझ्या दिशेनं तीरासारखा आला... आम्हा दोघांमध्ये तत्क्षणी बंध गुंफले गेले.

मदर तेरसांच्या घरकुलातील अनाथ, अक्षम मुलं पाहिल्यावर त्याचे अश्रूंनी भिजलेले डोळे, अजूनही ओलेच होते. त्यानं त्याच्या मुलाला भारतात आणण्याची इच्छा बोलून दाखवली... त्याला मुलाला वाराणसीला न्यायचं होतं.

डिनरच्या वेळी मी डान्स फ्लोअरवर धमाल करत असताना त्याच्या तीक्ष्ण, कोरड्या डोळ्यांत आकर्षण दिसत होतं. कॅमेऱ्याची हट्टी नजर टाळण्याचा आटोकाट प्रयत्न करताना माझ्या नाकीनऊ आले. मी तिरीमिरीतच तिथून बाहेर पडले... ऑलिव्हर माझ्या मागून आला.

बाहेर बगिच्यामध्ये ऑलिव्हरनं हळुवारपणे माझा हात हातात घेतला आणि माझ्या पोटावर रुळणाऱ्या ग्लॅडिओलाच्या हाराची स्तुती केली... तो हार त्यानंच माझ्या गळ्यात घातला होता.

तो अविश्वासानं उद्गारला, "वॉव... तू भारतीय आहेस? भारतीय स्त्री? मग मी आजूबाजूला जे पाहतोय त्यात तुझ्यासारखं कुणीच कसं नाही? तू खरोखरच

पूर्व-पश्चिमेचा मिलाफ आहेस.''

निरोप घेताना तो हलकेच कुजबुजला, ''हे एक स्वप्न समज...'' आणि त्यानं माझा चेहरा दोन्ही हातांच्या ओंजळीत हळुवारपणे धरून माझ्या गालावर ओठ टेकले... मी अनमोल गोष्ट असल्यासारखे.

''एल.ए.ला ये...''

त्याचं चुंबन घ्यावं का? नको. मी नाही घेतलं. मनातला थरार न दाखवता तिथून निघाले. माझ्या काळजात ट्युलिप फुलली होती.

੪

प्रसिद्धीनं आणलेल्या विपर्यस्त गोष्टींमुळे गुदमरून मी हे क्षेत्र सोडायचं ठरवलं, पण सार्वजनिक जीवनात प्रसिद्ध व्यक्ती सदैव सार्वजनिकच राहते, हे मात्र मला त्या वेळी माहीत नव्हतं.

माझ्या या निर्णयामुळे लोकांना धक्काच बसला. कुणीही नटी 'टॉप'वर असताना हे क्षेत्र सोडत नाही. मग ते बॉलिवूड असो की हॉलिवूड.

मी माझ्या निर्णयासंदर्भात विचार केला... हा उतावीळ अविचार आहे का? मी खरंच हे क्षेत्र सोडण्याची आवश्यकता आहे का? माझं खरंच चुकतंय का?

पण ध्यानमग्नक्षणी मला सुस्पष्ट उत्तर मिळालं... असमाधान देणाऱ्या, फसव्या अस्तित्वापासून दूर हो. खऱ्याचा शोध घे.

मग मी माझ्यासाठी 'राउन्ड-द-वर्ल्ड जे क्लास' तिकीट काढलं आणि मोठ्या ऐटीत सुट्टीवर गेले.

मी लॉस एंजल्सला गेले. तिथे ऑलिव्हरच्या वाढदिवसाच्या डिनरनंतर मी रिकचा मित्र संजयच्या घरी आले. संजयनं गिटार इन्स्टिट्यूट ऑफ टेक्नॉलॉजी मधून अभ्यासक्रम पूर्ण केला होता. तो पूर्वी रिकच्या बॅंडमध्ये होता. आता तो लॉस एंजल्समधल्या एका फंकी हिप-हॉप बॅंडमध्ये प्रमुख गिटारवादक होता. संजय त्याच्या मैत्रिणीनं – काजोलनं – दिलेल्या जखमांची मलमपट्टी करत होता. त्याची ही देखणी मैत्रीण एलए.मध्ये त्याच्यासोबत आली नव्हती.

एके दिवशी सकाळी नऊ ते दहाच्या दरम्यान संजयच्या घरी माझी ध्यानधारणा नुकतीच संपली होती, तेवढ्यात फोनची रिंग वाजली :

''आम्ही इन्टरनॅशनल क्रिएटिव्ह मॅनेजमेंट – आयसीएममधून बोलतोय. ही जगातील एक अग्रगण्य सिलेब्रिटी मॅनेजमेंट कंपनी आहे. आम्हाला तुमची भेट घ्यायची आहे. प्लीज, तुम्ही आज दुपारी 'कॉन्स्टलेशन बुलेवार्ड'मध्ये भेटायला याल का? दुपारी दोन वाजता?''

आश्चर्याची गोष्ट म्हणजे त्यांनी खूपच इंटरेस्ट दाखवला. हॉलिवूड सोड

घालत होतं!

मी लांब काळा, मांडीपर्यंत कट असलेला क्रेपचा पोशाख, चारइंची हाय हिल्स आणि 'सान्ता मोनिका' स्टोअरमध्ये घेतलेलं ७०च्या दशकातलं विटकं, काळं, क्लॅस्प बटणांचं चामडी जाकीट अशा अवतारात त्यांच्या ऑफिसमध्ये पोहोचले. तिथे एक इंग्रज माणूस होता... एजन्सीतला तीन नंबरचा.

"माझ्या देशात मला मिळालेलं नाही असं तुम्ही मला काय देऊ शकता?" मी स्मित करत वस्तुनिष्ठ प्रश्न केला.

त्या भेटीत तासभर इंटरेस्टिंग चर्चा झाली, पण मी त्यांना काहीही कबूल केलं नाही.

"मी यावर विचार करीन. आज रात्री मी न्यू यॉर्कला निघालीये."

"ओह! मग आमच्या न्यू यॉर्कच्या ऑफिसशी संपर्क करा."

संजयच्या घरच्या पर्णाच्छादित अंगणात सूर्य कलू लागला होता. संजयसुद्धा उत्तम स्वयंपाक करतो हे मला कळलं होतं. ब्लॅकपेपर व्होडका. आयसीएमशी करार करायचा का? ते मला फक्त ए-ग्रेड हॉलिवूडपटातच भूमिका द्यायचं कबूल करत आहेत?

मी जसजसा विचार करत गेले, तसं उत्तर येत गेलं :

ही संधी कितीही चांगली असली, अगदी ए-ग्रेडचे सिनेमे मिळणार असले, भरपूर पैसे मिळणार असले तरी हॉलिवूडमधल्या करिअरच्या मागे लागायचं नाही... जी गोष्ट तू सोडायचा निश्चय केला आहेस, त्याच गोष्टीच्या संदर्भात तुला हे कितीतरी जास्त देईल. हे क्षेत्र तुला आणखी ओळख मिळवून देईल, रुपयांऐवजी डॉलर्समध्ये पैसे मिळवून देईल, पण त्यात काहीही नावीन्य असणार नाही. ते तुला काहीही नवं देणार नाही.

तुझी तृष्णा शमेल असं काहीही मिळणार नाही.

✿

१९९६ सालातील जानेवारी महिना होता. मी मुंबईत असताना मला फोन आला.

"अनूऽऽ आज संध्याकाळी काय करणार आहेस?"

फोनवरच्या मुकुंद मौसाजींच्या प्रेमळ आवाजानं मी विचारात पडले.

याचं योग्य उत्तर होतं, "काही नाही," आणि मला ते आवडायचं. गेल्या वर्षी मी स्वतःसाठी जगभ्रमंतीचं तिकीट काढलं होतं. बॉलिवूड, मॉडलिंग, अगदी जाहिरातीतूनसुद्धा मी गायब झाले होते. हे सगळं खरंच माझ्या हातून सुटलं होतं का? माझ्या आजूबाजूच्या लोकांना तरी तसंच वाटत होतं.

मी मला नव्यानं गवसलेलं खासगीपण जपण्यात गर्क होते. मी काही उत्तर देण्यासाठी सावध जुळवाजुळव करण्याच्या आत मुकुंद मौसाजी उत्साहानं म्हणाले, "काहीही नाही... माझी खात्री आहे, आता तू सिनेमे/ मॉडलिंग करत नाहीयेस...

मग आज संध्याकाळी सर जेजे स्कूल ऑफ आर्ट्समध्ये ये ना... योगावर भाषण आहे. मी तुला न्यायला येऊ का... सहा वाजता?''

तिथे गेल्यावर मी पहिल्यांदाच, अद्भुत भाषणाच्या व्यक्तीचं अपूर्व भाषण ऐकलं. हळुवार पुरुषी स्वरातलं ते भाषण मी तासभर अतिशय गुंगून ऐकत होते.

आपला देह असतो आणि त्या देहात आपला जगाशी जो व्यवहार घडत असतो त्याची जाणीव वास करत असते... ती जाणीव देहात म्यान असते. देहात मन असतं; भावभावना, जाणिवा आणि समजुती इथे वास करतात आणि त्याच्या आत असतो आत्मा किंवा सर्वोच्च गोष्ट... आपल्या 'खऱ्या' स्वचं प्रत्यक्ष स्थान... आपलं बीज... केंद्र.

सामान्य मनुष्यप्राण्यामध्ये देह, मन आणि आत्मा या तिन्ही गोष्टी परस्परांपासून अलग असतात. आपला तोल सुटलेला असतो. आपण केंद्रापासून खूप दूर असतो. आपल्याला ते कळतही नसतं. योग या तिन्ही गोष्टींचा उत्तम मिलाफ घडवण्यास साहाय्यभूत होऊ शकतो. तुमचं डोकं, हृदय आणि हात यांना परस्पर सहकार्यानं काम करायला लावा. त्यांची युती घडू दे. त्यांच्यात सुसूत्रता येऊ दे. त्यामध्ये परस्पर आकर्षण असू दे. सुसंगती असू दे.

किती छान... मी विचार करत होते. मला निःसत्त्व, निर्जीव आयुष्य नुसतंच जगत राहायचं नव्हतं. जर माझ्यात या तिन्ही शक्ती एकवटलेल्या असतील, तर मी 'परम'पदी पोहोचू शकते, असं मला खात्रीनं वाटलं. त्या क्षणी माझ्या मनात आलं की, मी अगदी हॉलिवूडमध्ये काम केलं तरी, फक्त आंतरराष्ट्रीय स्टार बनू शकेन; पण जर योग जे कबूल करतोय ते देऊ शकत असेल, तर मी वैश्विक अस्तित्व बनू शकेन. आंतरराष्ट्रीय विरुद्ध वैश्विक. निवड सोपी होती– वैश्विक.

'योग म्हणजे काय' या विषयावरील भाषणानंतर गुरूंनी आम्हा सर्वांना डोळे बंद करायला सांगितलं आणि आम्हाला चक्र ध्यानाबद्दल मार्गदर्शन केलं. त्या बारा मिनिटांत मी जाणिवेनं पाठीच्या मणक्यापासून – मूलाधार चक्र – ते वर माथ्यापर्यंत – सहस्रार चक्र – भ्रमण केलं... आणि मला विलक्षण अनुभव आला. समोरच्या मंचाकडून एक प्रकाशलोळ माझ्या दिशेनं वेगानं आला आणि थेट माझ्या कपाळात गेला. या प्रकाशाची तीव्रता वाढत गेली... माझा अवघा देह त्या प्रकाशानं भरून गेला. त्या प्रकाशलहरी उत्सर्जित होईपर्यंत तो प्रकाश वाढत गेला.

त्या घटनेशी 'एकरूप' झाल्याची जाणीव होत असतानाच मी कशीबशी भानावर आले. तितक्यात एका माणसानं माझ्या जवळ येऊन मला योग विद्यापीठाचा फॉर्म दिला. सुपरयोगींनी नुकतंच त्याबद्दल सांगितलं होतं... आणि मी विद्यार्थी म्हणून तो अर्ज भरला.

चला! आपण मुळांकडे परत जाऊ.

योगा... ही मी आले.

ॐ

माझ्या वरळीच्या फ्लॅटचे मालक होते महाराष्ट्रातील औरंगाबादचे आमदार श्री. पेशवराव अंतैले. अगदी टिपिकल राजकारणी छापाचे... गांधी टोपी, सफेद धोतर आणि नेहरू जाकीट अशा वेशभूषेतले.

ते गांधीवादी तत्त्वज्ञान झाडत असत, पण त्यांच्या टोपीखाली कपट दडलं होतं. किरकोळ सरकारी मिळकतीनं काय होणार आहे, त्यांचा मुख्य उद्देश मला चिपाडासारखं पिळून घेणं हा होता. मी भोळी होते आणि कामाच्या ओझ्याखाली पिचलेली होते. दिवसभरात तीन शिफ्ट्समध्ये काम करत असताना, सेटवर वेळेवर पोहोचणं ही मला अभिमानाची गोष्ट वाटत असे. अंतैले रोज चेहऱ्यावर खोटं हसू घेऊन माझ्या दारात उभे राहायचे. एके दिवशी सकाळी लवकर, माझी नुकतीच कॉफी पिऊन झाली होती तितक्यात, ते आले.

"अनू, मला पाच लाख रुपयांची गरज आहे. क्या करे, बहुत बुरी हालत है।"

त्या वेळी मला कल्पना नव्हती की ते नुसते लोभीच नाहीत, तर अतिशय घाणेरड्या प्रकारचे विश्वासघातकी आहेत. ते आपण अगदी गरीब बिच्चारे आहोत अशी धून गात बिल्डिंग सोसायटी आणि माझ्या दरम्यान नाकतोड्यासारखे उड्या मारत होते. एके दिवशी मला सोसायटीचा फोन आला, तेव्हा मला अनपेक्षित धक्काच बसला. तोपर्यंत माझा त्यांच्याशी कधी फारसा संबंध आला नव्हता.

ती कहाणी थोडक्यात सांगायची तर – त्यांनी सोसायटीला अत्यंत घाणेरडं खोटं रचून सांगितलं होतं की, मी भाडं देत नाहीये, मी भयंकर भाडेकरू आहे आणि मी फ्लॅट रिकामा करावा यासाठी सोसायटीनं त्यांना मदत करावी.

या विश्वासघातानं मी सर्दच झाले... ते असं कसं काय वागू शकतात? मग मी त्यांना फोन केला, तेव्हा ते बोलायला तयार नव्हते. मीच त्यांच्याकडून पाच लाख रुपये घेतले असावेत... मी देणेकरी आणि ते मला कर्ज देणारे अशा थाटात ते माझ्यावर गुरगुरत होते. १९९३ मध्ये ५ लाख रुपये ही मोठी रक्कम होती.

त्या वर्षात माझ्या पाठीत खंजीर खुपसणारा रिक काही एकटाच नव्हता. बाकीच्यांनीही तोच प्रकार केला.

मला कुटुंबाची सोबत नसल्यामुळे ध्यान हेच आता माझा त्राता बनलं... हेही दिवस जातील... मी विचार केला. आणि बघ : दुःख आणि सुख हातात हात घालूनच असतात. पाठीत खंजीर खुपसला जाण्यानं तुला मिळालेल्या घवघवीत यशाचा समतोल व्हायला हवा. तुला जे शक्य असेल ते कर. मन शांत असेल तर

तू तुझ्या सर्वोत्तम क्षमतेनं निर्णय घेऊ शकतेस. शांत, अविचल राहा. येस्.

त्यानंतर दुसऱ्याच दिवशी 'पेट एअरलाइन्स'चे मालक एका मित्रासोबत मला भेटायला आले. ते माझे प्रचंड चाहते होते... अ बिग फॅन.

"हे माझे मित्र मिस्टर गग्राट, मुंबईतील टॉप लॉ फर्म, गग्राट ॲण्ड कंपनीचे मालक," त्यांनी अभिमानानं मला ओळख करून दिली.

अरे व्वा! त्या वेळी मला नेमकी तीच गरज होती... वकिलाची. फाटकावर लोंबणाऱ्या वेली दूर करून ही 'मदत' माझ्याकडे ज्या प्रकारे चालत आली होती, त्यामुळे मी थक्क झाले होते. त्याबद्दल मी या विश्वातल्या कोट्यवधी ताऱ्यांचे आभार मानले.

गग्राटनी माझी गग्राट ॲण्ड कंपनीशी ओळख करून दिली. त्यांनी तातडीनं माझ्या केसचा अभ्यास सुरू केला. त्यात त्यांना असं लक्षात आलं की, मी तीन वर्षांत जे भसाभस पैसे देत गेले होते, ती एकूण रक्कम दोन फ्लॅट्स विकत घेण्याइतकी झाली होती.

मी गग्राटांकडे अविश्वासानं पाहत राहिले. माझी बोलती बंद झाली होती.

आता अंतैलेंनी पळ काढला होता. गग्राटनी त्यांचा माग काढला, त्यांना गाठलं आणि त्यांना दम दिला.

मग आम्ही 'रहिवासी' स्टेटस मिळण्यासाठी दावा दाखल केला.

राजकारण्यांनी सामान्य माणसाला त्रास देणं अपेक्षित नसतं. गग्राट ॲण्ड कंपनीनं अंतैलेंना घाबरवलं. आता वेळ आली होती त्यांनी मला फोन करण्याची. डरकाळ्या फोडणाऱ्या सिंहाचा लीन उंदीर झाला होता.

त्यानंतर आम्ही 'रहिवासी मालकी' मिळवली.

पुढे १९९७ मध्ये, अंतैलेंसारख्या राजकारण्यांना, त्यांनी चीट फंडांच्या लॉटरीतून अगदी किरकोळ किमतीत खरेदी केलेली मिळकत कायदेशीररीत्या विकता येऊ लागली. मी त्यांचा फ्लॅट खरेदी करण्याची वाट बघत होते. आणि अंतैले, अर्थातच काडीमात्र लाजलज्जा न बाळगता, फ्लॅटच्या विक्रीदरापेक्षा अधिक रकमेची मागणी करू लागले. मी योगाश्रमाच्या मार्गावर होते, मला आणखी उशीर व्हायला नको होता. म्हणून आम्ही त्यांना जी जादा रक्कम हवी होती ती देऊन टाकली. बिल्डिंग सोसायटी एव्हाना दिलगिरीच्या टप्प्यावर आली होती. तुम्हाला हवा तेवढा वेळ घ्या, त्यांनी सांगितलं. मला हुश्श झालं होतं. मला योगमार्गावर जायचं होतं, त्या दिशेनं ही आणखी एका वर्तुळातून घेतलेली उडी आहे, असं मी मानलं.

प्रेमात पडताना... योगाच्या

सेक्स ही गरज नाही. फार फार तर ती मोसमी इच्छा असते.

आदल्या रात्री मी विचारात होते की, जर मी तुळतुळीत मुंडण केलं आणि बौद्ध साध्वी-साधूंच्या परंपरेत गेले तर काय होईल...? आणि मग पुन्हा मला कधी हॅम्बर्गर किंवा कॅमेम्बर्ट सुफले किंवा सेक्स किंवा म्हैसूर मसाला डोसा किंवा शोभेची बाहुली बनून कोट्यवधींची रोख रक्कम मिळवणं या गोष्टींची तळमळ वाटणं बंद झालं तर?

लेट गो... सोडून द्यावं... भावबंध भय निर्माण करतात. भयामुळे तुम्ही त्यांना बिलगून राहता. बिलगून राहण्यानं अधिकच भय निर्माण होतं... अधिक भय विनाश घडवतं.

काही चाहते अनू अगरवालच्या गायब होण्याबद्दल आश्चर्य आणि शोक व्यक्त करत होते, त्या वेळी त्यांना हे माहीत नव्हतं की, मी समजून उमजून हिमालयाच्या कुशीत फुलांच्या ताटव्यांवर पडून उगवणारे तारे मोजत होते... काळ्याभोर आभाळातले... नीरव शांततेत. प्रदूषणमुक्त वातावरणात. तिथे पुरुषांचं नकोसं करणारं लक्ष किंवा फाजील चौकशा करणाऱ्या मीडियाचा उपद्रव नव्हता.

'आशिकी'मध्ये एक प्रसंग आहे – माझा प्रेमी माझी अनाथाश्रमातल्या जुलमी अधिकाऱ्यापासून – ज्याला मी साकारत असलेल्या त्या पात्राबद्दल विकृत प्रकारचं आकर्षण असावं– सुटका करायला मदत करतो. आम्ही दोघं पळून जातो. आम्ही पर्वताच्या टोकापर्यंत पळत राहतो. तिथे मी धापत, किंचित कापत उभी असते... समोर नयनमनोहर निसर्ग पाहते... फक्त दऱ्या, डोंगर आणि वर आभाळ... मी श्वास रोखून माझ्या प्रेमीला विचारते, "हा स्वर्ग आहे का?"

''हो, अनू, हा स्वर्ग आहे.''

असं म्हणून तो माझा श्वासावरोधित चेहरा त्याच्याकडे वळवून घेतो... चुंबन घेण्यासाठी.

आता इथे योगाश्रमात, दुधी आभाळाखाली, मी एकटी, नैसर्गिकरीत्या व लयबद्ध श्वासोच्छ्‌वास करत पहुडलेली असताना... ही गोष्ट अगदी सुस्पष्ट होती... हो, हा 'स्वर्ग' आहे. आणि मी त्या स्वर्गात आहे.

ॐ

अनूनं मुंबईत ज्यांचं भाषण ऐकलं होतं त्या स्वामीग्लींनी अर्जाच्या फॉर्मवर तिचा पासपोर्ट साइझचा फोटो पाहिला, तेव्हाच ते तिच्या सौंदर्यानं मोहित झाले होते. हे केवळ शारीरिक आकर्षण नाही, हे त्यांना माहीत होतं. तिच्या नाजूकशा मानेवर डेनिमची कॉलर आमंत्रण देत पसरली होती. त्या कॉलरचा टोकदार कोपरा तिच्या निश्चयी जबड्याला स्पर्श करत होता. तिचे तेजस्वी, हरणासारखे डोळे पांढऱ्या कागदावरून उडी मारून बाहेर आल्यासारखे वाटत होते. त्या चित्तवेधी प्रतिमेत सुगंधांच्या गुप्त कुप्या दडल्या होत्या. तिच्या स्नेहपूर्ण स्मितामागे त्यांना दिसली – एक साधी, मेहनती मुलगी... अतिशय सत्कर्मी. त्यामुळे त्या विवेकवीराची नजर तिच्यावरून हटता हटेना, यात आश्चर्य नव्हतं!

अर्जातील प्रश्नावलीमध्ये मला माझ्या व्यवसायाबद्दल विचारलं होतं, त्याचं उत्तर मी 'विद्यार्थिनी' असं लिहिलं होतं. त्या वेळी मला माझ्या 'मूव्ही आयकॉन' स्टेटसचा वैताग आला होता. माझा प्रवेश माझ्या 'स्टार' असण्यावर आधारित असू नये असं मला वाटत होतं, तिथे गुणवत्ता हा निकष असावा. कुठलेही 'लाभ' दिले जाऊ नयेत, अशी माझी इच्छा होती. मला पुन्हा विद्यार्थिनीची भूमिका करायची होती... खऱ्या आयुष्यात... तीसुद्धा पूर्ण ताकदीनिशी. अगदी सर्वसामान्य व्यक्ती बनून... विद्यार्थी बनून.

अलीकडे मला तेच तेच बोलताना स्वत:चाच आवाज ऐकायचा कंटाळा येऊ लागला होता. मला विश्रांतीची गरज होती. तो १९९३ सालचा ऑक्टोबर महिना होता. मी 'सिने ब्लिट्झ' मासिकाच्या मुखपृष्ठासाठी अखेरचं शूटिंग केलं होतं. त्यासोबत माझी पाचपानी मुलाखतही होती. त्या मुलाखतीत मला विचारलं होतं :

''अनू, तुला स्त्रिया आवडतात?''

मी तो प्रश्न टाळला नाही, किंवा त्याचं वाईटही वाटून घेतलं नाही. मी ओढूनताणून चेहऱ्यावर स्मित आणून म्हणाले,

''अर्थातच, मला स्त्रिया आवडतात. माझं पहिलं प्रेम एक स्त्रीच होती – माझी आई.''

मी वस्तुस्थिती सांगितली.

वेल, सामान्यतः मला माणसं आवडतात.

लैंगिकदृष्ट्या?

माझी पुरुषांना पसंती असते.

का?

आपणा बायकांजवळ नसणारी गोष्ट त्यांच्याजवळ असते.

म्हणजे, सर्वप्रथम पुरुषाची शरीररचना.

इतकी साधी-सरळ उत्तरं होती.

मला नेहमी आश्चर्य वाटतं की, असले खोदून चौकशा करणारे प्रश्न येतात कुठून? मीडियाचा बनाव?

मीडियाला ती आवडायची. ग्लॅमर उद्योगातल्या अवघ्या तीन वर्षांच्या धमाल यशस्वी कालखंडानंतर तिचं अदृश्य होणं हे त्यांच्यासाठी नवल होतं.

काही दिवसांतच मला योगाश्रमातून पत्र आलं. माझा अर्ज निवडला गेला होता. मला उत्तराखंडमधील देवगिरीवनला बोलावण्यात आलं होतं. हा अतिशय सुंदर प्रदेश आहे.

३० सप्टेंबर, १९९७. आकाश निरभ्र होतं. अतिशय भव्य व प्रशस्त परिसरानं शांतपणे माझं स्वागत केलं. मी ज्ञानकिल्ल्याच्या भव्य लोखंडी प्रवेशद्वारातून आत प्रवेश केला.

त्यानंतर अर्ज तपासणीची पहिली फेरी झाली... यामध्ये आम्हाला लेखी परीक्षेत उत्तीर्ण व्हावं लागणार होतं. माझे कॉलेजमधले मार्क्स – जे समाजशास्त्र/ मानववंशशास्त्रातील सर्वोत्कृष्टतेचा अभिमान बाळगून होते – इथे प्रवेश मिळण्यासाठी पुरेसे ठरणार नाहीत ही गोष्ट मला फार विशेष वाटली.

या फेरीतून पार होणाऱ्या काही लोकांना वैयक्तिक मुलाखतीसाठी बोलावण्यात आलं.

"योग कशासाठी? तुला तो का शिकायचा आहे... कशासाठी?"

हडकुळ्या शिक्षक/मुलाखतकार, योगी व्यक्तीच्या चेहऱ्यावर प्रश्नचिन्ह होतं. लाल रंगाची लांब कफनी घातलेल्या त्या माणसाला टक्कल होतं.

स्टार-मॉडल अनू? तिला दूरवरच्या शांत, प्रसन्न खेड्यात राहून योगसाधना शिकायची आहे?

"मी असं वाचलं आहे की, सामान्य मनुष्यप्राणी त्याच्या मेंदूच्या एकूण सामर्थ्याच्या १० टक्क्यांपैकी फक्त २ टक्के सामर्थ्य वापरतो. मला संपूर्ण दहाच्या दहा टक्के वापरायचे आहेत. ते कसे वापरायचे ते मला योगातून शिकता येईल, असं मला वाटतं," मी अतिशय तळमळीनं उत्तर दिलं... पापणी न पाडता.

फलकावर प्रवेशयादी लावली होती. शंभरपैकी ज्या पंचेचाळीस विद्यार्थ्यांची निवड झाली होती, त्यांची नावं त्या यादीत होती. त्यामध्ये निरनिराळ्या देशातील उत्सुक विद्यार्थी होते.

त्या यादीत अनू अगरवालचं नाव दुसऱ्या क्रमांकावर होतं.

૭૩

योगाश्रमात माझी पहिली रात्र होती. तिथे मला जी खोली दिली होती, ती पाहून मला अतिशय आश्चर्य वाटलं... योग विद्यापीठात कोळिष्टकांनी भरलेली खोली बघायला मिळेल असं मला चुकूनही वाटलं नव्हतं. भिंतींवर, छताला सगळीकडे कोळ्याच्या जाळ्यांचे पुंजकेच्या पुंजके लटकत होते. मी ताबडतोब योगाश्रमात झाडू आणि फडकं शोधू लागले.

''ही खोली बंद पडून होती. गुरुजींनी तुला ही खोली द्यायला सांगितलं होतं.''

महिला-निवासाचं काम बघणारी स्वामी तोंड वाकडं करून सांगत होती. तिची तुच्छता अस्वस्थ करणारी होती.

''साफसफाईच्या वस्तू सकाळी मिळतील. सहा वाजता. इथे आम्ही वेळेच्या बाबतीत अतिशय काटेकोर आहोत,'' पोलिश स्वामीचे केस गळलेले दिसत होते, कर्करोगाच्या रुग्णांचे केमोथेरपीनंतर गळतात तसे.

''शिवाय, आत्ता संध्याकाळचे सात वाजले आहेत. ही मौनाची वेळ आहे. या वेळात आपण मनाची शांतता अनूभवतो. सकाळी सातपर्यंत कसलाही मौखिक संवाद नाही. ७ ते ७ मौन असतं, रिसेप्शनजवळच्या बोर्डवर वेळापत्रक लावलं आहे, ते वाचलं नाहीस का?''

मी तत्क्षणी माघारी वळून चालू लागले.

व्वा! या फालतू सबबी होत्या.

असं होतं तर! 'स्वामी कडवटयोगी'नं मला ती खोली देण्याआधीच स्वच्छता करून घ्यायला हवी होती ना? मी त्या कोळिष्टकांत झोपावं अशी अपेक्षा कशी करते ती? योगानं काही मूलभूत स्वच्छता शिकवायला हवी ना?

मी असहाय होते. मी नम्रपणे शहरी पद्धतीनं साफसफाई करण्याची साधनं मागितली होती. पण ती स्वामी इतकी उद्धट वागली याचं आश्चर्य वाटत होतं... जसं काय मी तिच्या खासगी जागेत घुसले होते. अशाप्रकारे 'प्रथमग्रासे मक्षिकापात' अशी अवस्था झाल्यामुळे मला दिलदार ताऱ्यांच्या छताखाली उघड्यावर झोपावं लागलं, पण ती रात्र तितकी असुखावह नव्हती.

૭૩

तिथे कालचक्र मागे फिरल्यासारखं होतं. त्या स्थानाच्या नैसर्गिक रूपात गैरसोय होण्याइतका साधेपणा होता... उदाहरणार्थ, तिथे टॉयलेट रोल्सचा कुठे पत्ताच नव्हता आणि संन्यासी गटाचा श्रेष्ठत्वाचा खोटा आव घृणास्पद होता.

आमच्या योग अभ्यासक्रमाची व्यवस्थापिका एक अमेरिकन बाई होती. ती उरलेल्या चॉकलेटच्या वड्या तिच्या गादीखाली लपवून ठेवते, असं म्हटलं जात असे. संन्यासीजनांना जे दिलं जात नाही त्याची त्यांना उणीव भासता कामा नये, असं मानलं जात असल्यामुळे, त्यांचं आयुष्य खडतर होत असणार. आम्ही तिला 'चार्ली चॉकलेटोगा' म्हणत असू– तिचा देह पेअरच्या आकाराचा होता आणि तिच्या चेहऱ्यावर प्रचंड कष्टानं स्मित उमटलं असल्यासारखं वाटत असे.

आमच्या शिक्षकांचं अ-भारतीयत्व फक्त त्यांच्या मुंडण केलेल्या गोऱ्या डोक्यावरूनच नव्हे तर थिअरीच्या वर्गात त्यांच्या हिंदी व संस्कृत शब्दांच्या चुकीच्या उच्चारांवरून दिसत असे.

माझा जन्म सखोल आध्यात्मिक परंपरेचा पाया असलेल्या उदारमतवादी कुटुंबात झालेला असल्यामुळे, मी माझ्या आजीचं – वडिलांच्या आईचं – श्रीमद्भगवद्गीता पठण ऐकत लहानाची मोठी झाले... माझी 'बेडटाइम स्टोरी' तीच असायची. माझे आजोबा – आईचे वडील – रोज सकाळी प्रसन्न चेहऱ्यांं, अत्यंत पूज्यभावानं कृष्णप्रार्थना म्हणतच उठत असत. माझ्या आजोबांनी मी सहा वर्षांची असताना मला स्वामी योगानंदांच्या 'ऑटोबायॉग्रफी ऑफ अ योगी' या पुस्तकाची ओळख करून दिली होती. चिरंजीव संत बाबाजींबद्दल माझ्या मनात खूप आदर निर्माण झाला होता.

अकस्मात मी स्वत:चाच आधी गमावलेला वारसा शोधू लागले होते... त्या वेळी मला कधी नव्हे इतकं भारतीय असल्यासारखं वाटत होतं.

संध्याकाळी पाच वाजता रात्रीचं जेवण झाल्यानंतर, संध्याकाळचा कार्यक्रम असे. अजून ऑक्टोबरचे तीव्र उन्हाळ्याचे काही दिवस बाकी होते. तिथे नजारा मोठा विलक्षण होता : झाडं, खारोट्या, जंगलातील फळफळावळ आणि गंगेचा प्रवाह. मी रात्रीचं जेवण आणि कीर्तन या दरम्यानच्या पंधरा मिनिटांत, त्या शांततेत आजूबाजूला भटकून यायचे... भारल्यासारखी. माझ्या अंगावरचा सैल मलमली कपडा अंगापासून दूर उडत असायचा... निर्वस्त्र आध्यात्मिकता.

संध्याकाळी सहा ते सात या दरम्यान आम्ही शांतपणे स्वामींचं कीर्तन ऐकायचो. त्यांना हिंदू देवदेवता नवीन होत्या. ते संवादिनी वाजवायचे आणि भक्तिगीतं गायचे. देवांच्या नावाचे चुकीचे उच्चार... र ऽऽऽऽ मा, कीश्ना ऽऽऽ... माझ्या कानात विष ओतल्यासारखं वाटायचं आणि मला घरी परत जावं असं वाटायचं.

मला आश्चर्य वाटायचं की, आश्रमात फक्त हे चारच शिक्षक सगळ्या गोष्टी कसे काय करतात... शिकवण्यापासून ते गाण्यापर्यंत?... आणि जेवणाच्या वेळात आम्ही त्यांना स्वयंपाकघरातसुद्धा पाहायचो. त्यामुळे जर एखाद्या शिक्षकाला तुम्ही आवडत नसाल, तर त्यांच्यापासून लांब राहण्याचा काही मार्गच नव्हता – ना तुम्हाला ना त्यांना.

तिथलं अन्न म्हणजे तर भयंकर प्रकार होता. 'सात्त्विक' अन्नाच्या नावाखाली आम्हाला सकाळी साडेदहा वाजता न्याहारीला काळाकुट्ट बचकभर साखर घातलेला चहा मिळत असे. त्यानंतर अकरा वाजता जेवण– त्यात 'दाल' आणि बटाटा किंवा घेवडा – ते तिथे पिकवत असत. संध्याकाळी पाच वाजता रात्रीचं जेवण– त्यात पुन्हा बटाट्याचा रस्सा, आणि तुम्ही जर लवकर जाऊन रांगेत उभे राहिलात तर तुम्हाला नशिबानं ब्रेडचा एखादा तुकडा मिळू शकत असे.

शाळेत असल्यापासून आणि नंतर मॉडलिंग करत असताना माझा आहार हा अतिशय महत्त्वाचा मुद्दा असे. माझ्यातला खवय्या व सर्जनशील स्वयंपाकिणीचं चीज व दही यावर खूप प्रेम होतं. 'ते कॅल्शिअम घे', असं मा नेहमी सांगायची.

आश्रमात अशी बातमी पसरली होती की, खूप खूप वर्षांपूर्वी या आश्रमात एक ऑस्ट्रेलियन संन्यासी दूध घातलेला चहा पिऊन आजारी पडला आणि त्याला रक्ताची उलटी झाली. मग स्वामीग्लींचे गुरू – बडे स्वामीग्ली – यांनी योगाश्रमात फक्त दुधावरच नव्हे तर दुग्धजन्य उत्पादने आणण्यावर बंदी घातली.

आणि त्यांना सॅलड्सची उपयुक्तता मान्य नव्हती, ही गोष्ट अर्थातच धक्कादायक होती.

जर मला त्या अभ्यासक्रमाची गोडी लागली असती– ज्यासाठी मी अगदी मनापासून आतुर होते– तर मी अन्न, वस्त्र, निवारा या गोष्टींकडे, अगदी त्या संन्यासी मंडळींकडेसुद्धा दुर्लक्ष केलं असतं.

पण शिक्षकांच्या गुणवत्तेमुळे सगळा विचका झाला होता. व्यक्तिशः मला त्या योग अभ्यासक्रमाची रचनाच अपेक्षाभंग करणारी वाटली. मला ते वर्ग कंटाळवाणे वाटू लागले आणि मी दहा दिवसांच्या आत माझं सामानसुमान गुंडाळलं.

मी तिथून निघायची तयारी केली. आश्रमाचे प्रमुख स्वामीग्ली गोंधळून गेले होते. (त्यांनी याआधी असं उदाहरण कधी पाहिलं नव्हतं. वीस निरनिराळ्या देशांतून निवडलेल्या पंचेचाळीस खास विद्यार्थ्यांपैकी मी एक असणं अपेक्षित होतं. शिवाय, त्यांच्या परवानगीविना एक पानसुद्धा फडफडत नसे.)

''का?'' त्यांनी विचारलं.

त्यांनी माझ्यावर नजर रोखली होती. ते शांत, अविचल आणि विश्रब्ध दिसत होते.

मग मी त्यांना अगदी आत्मविश्वासानं सांगितलं की, ''माझ्याकडे यापेक्षा चांगल्या गोष्टी करण्याजोग्या आहेत.''

मी नजर गंगेकडे वळवली, कारण मला तिचा विरह जाणवणार होता. मला आठवलं... अवघ्या आठ महिन्यांपूर्वी माझा जेविश वंशाचा दुसरा बॉयफ्रेंड हार्वेंनं (जॉर्जिओ आरमानीचा मॉडल डॅनिएलनंतरचा) ऑस्ट्रेलियाच्या फ्रेजर आयलंडवर माझा एक फोटो काढला होता... मी काळ्या रंगाच्या पोहण्याच्या पोशाखात नदीपात्रात उतरले आहे... माझी पाठ कॅमेऱ्याकडे... मी नदीत चालतेय... पाणी माझ्या मांडीपर्यंत आलं आहे. इथे येण्यापूर्वी ग्रेट बॅरिअर रीफमध्ये 'डीप-सी डायव्हिंग' हा माझा एक अखेरचा ऐहिक उपक्रम होता.

''तू अर्धवट सोडून का निघाली आहेस? तू इथे योगाबद्दल शिकण्यासाठी आली होतीस. तू हा अभ्यासक्रम पूर्ण केला पाहिजेस. तो तू पूर्ण कर, प्रमाणपत्र घे आणि मग जा. सोडून देणं हे कधीही उत्तर नसतं.''

एवढं बोलून ते गर्रकन त्यांच्या ऑफिसकडे वळले; त्यांची देहबोली स्पष्ट सांगत होती : हा विषय संपला.

तो ऑक्टोबर महिन्यातला वादळी दिवस होता. त्यांनी सांगितलेलं मला अंशत: पटलं होतं. आणखी काही महिने म्हणजे फार नाही, मी स्वत:ची समजूत घातली... आणि तिथेच राहिले.

त्यानंतर त्यांनी मला त्यांच्या लांब आणि विस्तृत योगी पंखांखाली घेतलं. पाठोपाठ विद्यापीठाच्या प्रमुखांचं माझ्यावर विशेष लक्ष केंद्रित झालं. अत्यंत आल्हादक चांदण्यात ते माझी काळजी घेऊ लागले. त्यांनी माझ्या गरजा समजून घेतल्या : त्यांनी चौकशी करणाऱ्या मीडियाला माझ्यापासून दूर ठेवलं आणि नकोशा पुरुषी नजरांपासून माझं रक्षण केलं.

आणि, हा अभ्यासक्रम पूर्ण झाल्यानंतरही मी तिथून जाऊ नये असं त्यांना वाटत होतं, हे मला नंतर कळणार होतं...

मी योगाच्या प्रेमात पडले होते.

फायर आयलंड, न्यू यॉर्क, १९८८ –
माझ्या सुरुवातीच्या आंतरराष्ट्रीय
फॅशन शूट्सपैकी एक. हे 'शूट'
केलं होतं न्यू यॉर्कमधील तेव्हाचे
आघाडीचे फॅशन फोटोग्राफर
फ्रँक श्रेम यांनी.

अशोक सॅलियन

फारुख छोठिया

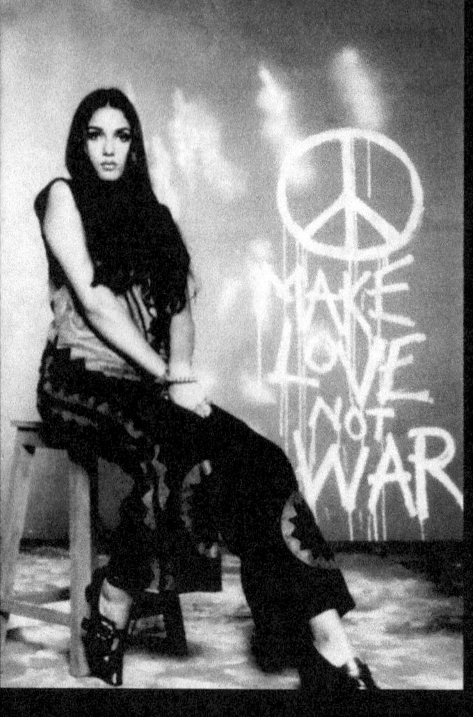

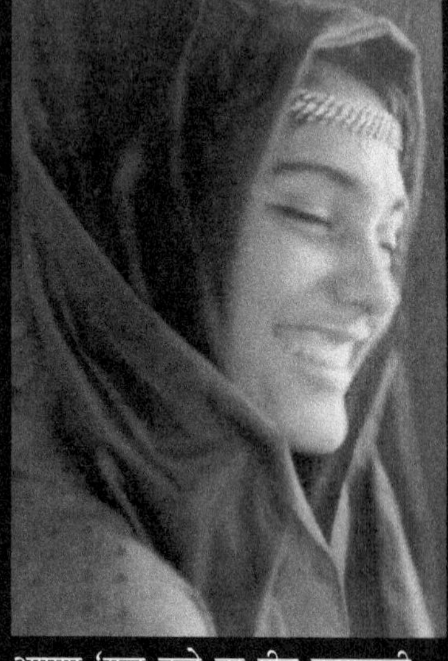

आपण 'युद्ध नव्हे तर प्रीत करण्याची गरज आहे' अशी धारणा असलेली, समाजकार्य करणारी आनंदी तरुणी १९८०च्या दशकाच्या अखेरीस मीडिया आणि फॅशन जगताची लाडकी बनली होती.

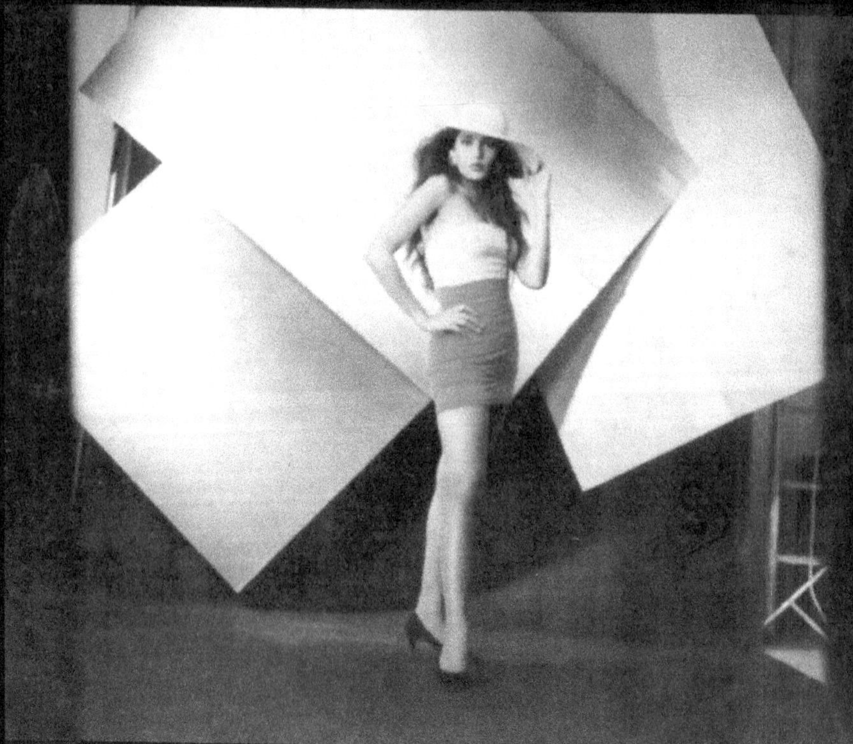

माझा सर्वांत जिवलग प्रेमी
असलेल्या कॅमेऱ्यानं नेहमीच
माझ्यातील चुका स्वीकारणारा
आणि जिज्ञासू सच्चेपणा दाखवून
दिला आहे.
फोटोग्राफर –
अशोक सॉलियन

मुंबईत 'ग्लिटेरिटी'साठी फॅशन शूट वेन्डेल रॉड्रिक्सच्या डिझाइनचं प्रदर्शन करताना...तेव्हा माझ्यातल्या प्राणिप्रेमीनं पेड्रो या कुत्र्यासोबत धमाल केली होती.

'शेरोप्स इंडियन टॉनिक'ची बाटली गालांशी धरून...'
इन द नेम ऑफ इंटरनॅशनल फॅशन! ही जाहिरात १९९० मध्ये
'लि पॉइंट' या फ्रेंच मासिकात आली होती.

शंतनू शौरींच्या कलात्मक फोटोशूटमध्ये शाहब दुराजी (वरचा फोटो)
व जेम्स फरेरा (खालचा फोटो) यांच्या डिझाइनचं प्रदर्शन करताना.

(डावीकडे) : पॅरिसमधील एका फॅशन फोटोशूटमधील भावमुद्रा
याचे फोटोग्राफर जर्मन होते; केशरचनाकार फ्रेंच, रंगभूषाकार
बाई जपानी आणि स्टायलिस्ट लेबनीज होते... वॉव!

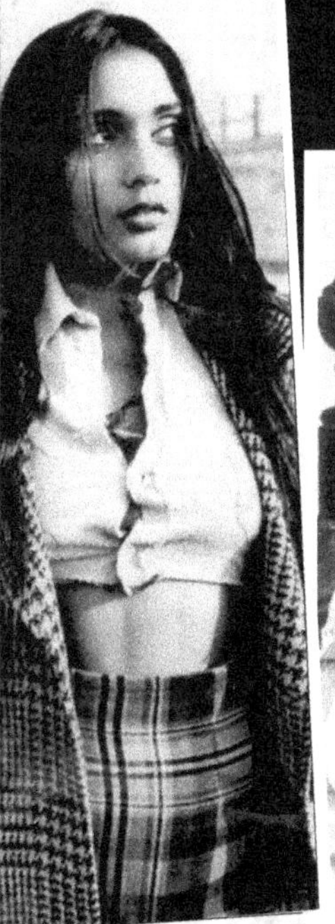

समीर पारेख
समीर पारेख
सहा

संग पेज :
रर ऑन द वॉल
युष्य मला
ठ नेत आहे?

ाशिकी' नंतरची
न वर्षें :
प्रसिद्धीच्या
तयांनं नम्र झाले
ते.

रुख छोठिया

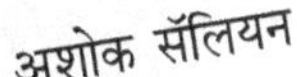

अशोक सॅलियन

सात

अशोक सॅलियन

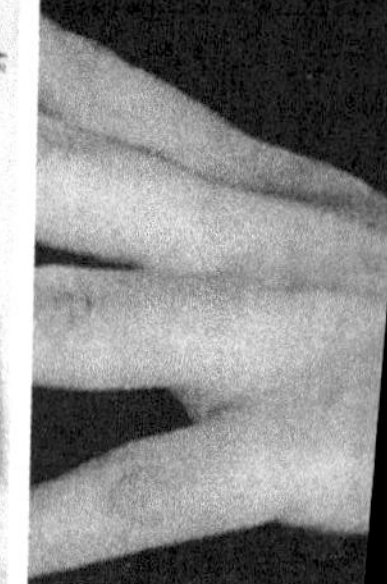

मुखपृष्ठावर झळकला होता. बहुधा हा फोटो परमेश्वर गोदरेज यांनी पाहिला असावा, त्यामुळे मला 'मार्व्हल' साबणाची जाहिरात मिळाली होती. त्यानंतर १९८७ ते १९९४ दरम्यान, मी ग्लॅमर जगतातून बाहेर पडेपर्यंत, अनेक मासिकांच्या मुखपृष्ठावर झळकले होते.

अशोक सॅलियन यांच्या स्टुडिओमध्ये... फॅशन शूटनंतरच नव्हे, तर दरम्यानसुद्धा निवांत क्षण!

वरचा फोटो :
फ्रेझर आयलंड,
ऑस्ट्रेलिया येथे
टिपलेला.
...मी नदीत उतरतेय...
मनात विचार आहेत...
मी फक्त अशी
'ग्लोरिफाइड ग्लॅमडॉल'
नाहीये... मग कोण
आहे मी? मला
काय हवंय?...
त्यानंतर संन्यासाप्रत
वाटचाल झाली.

उजवीकडे :
संन्यास...
२००१ मध्ये...
आत्मचिंतन. मला
उत्तर 'आत'मध्येच
गवसलं.

योगमय : 'अनूफन योगा' नैराश्याला दूर पळवून
वंचित मुलांच्या चेहऱ्यावर आनंद फुलवतो.

२०१४ मध्ये मला पहिल्या जागतिक
योग दिन कार्यक्रमात सहभागी
होण्याचा विशेष मान लाभला.

WORLD
YOGA DAY
Yoga - Transforming selves
21st June 2014

एक भावमुद्रा... : जून २०१४ मध्ये ऑस्टिन, टेक्सास येथे जगभरातील पर्यायी योगोपचार तज्ज्ञ व संशोधकांसमोर योगविषयक व्याख्यानादरम्यान.

डॅनियल नॅडलबॉश

बारा

प्रेमवेडे स्वामी

वाऱ्याची थंडगार झुळूक... काही नवी फुलं उमलत होती... अंकुर तरारत होते. नोव्हेंबरची सुरुवात होती. दुरून दिसणारी भाताची शिवारं ताजी टवटवीत दिसत होती. योगाश्रमातील चमत्कारिक नि:स्तब्ध शांततेत मी रुळतेय असं लक्षात येत होतं.

एके दिवशी मी त्या परिसरातलं निश्चल सौंदर्य कौतुकानं पाहत पायी फिरत होते. अचानक एक उंचापुरा योगी माझ्यासमोर येऊन उभा राहिला. मी थांबले. मला त्यांच्या लाकडी खडावा अथवा श्वासाची हलकीशीसुद्धा चाहूल लागली नव्हती. जितीजागती शांतता होती. त्यांची थेट वेध घेणारी नजर... माझ्या देहाच्या मूक प्रशंसेपलीकडे जाऊन माझ्या अस्तित्वात घुसत होती. मी स्वागतशील होते; मी तिला प्रवेश दिला.

''तुला काय काय माहीत आहे?''

त्यांच्या चेहऱ्यावरचे भाव बदलले नाहीत... ते तसेच कनवाळू होते.

योगाश्रमाची ओकीबोकी, समृद्ध शिवारं तिथे एकमात्र साक्षीदार होती.

''मला किती अल्प माहीत आहे हे आता मला कळलंय.''

त्यांच्या नि:शब्दतेतलं माझ्याबद्दलचं कौतुक मी जाणलं होतं. गंगेच्या परिसरातील वाऱ्याच्या झुळकीसोबत माझ्या कमरेजवळ लहरणाऱ्या माझ्या लांबसडक पिंगट केशसंभाराकडे त्यांनी पाहिल्याचं माझ्या लक्षात आलं. मी मुग्ध हसले.

''आज दुपारी माझ्यासोबत चहाला येशील? चहाच्या सुट्टीत माझ्या ऑफिसमध्ये ये.''

त्यांच्या सुस्पष्ट स्वरातील शांत मृदुतेत एका नव्या आरंभाचं अभिवचन होतं.

त्यांचं चहापानाचं आमंत्रण म्हणजे तर दुर्मिळ गोष्टच होती, कधीही न ऐकलेली.

"शुअर."

माझ्या उत्तरातून मला वाटलेलं आश्चर्य व्यक्त होत होतं.

त्यांचं मुंडण केलेलं डोकं त्यांच्या सडपातळ देहापेक्षा मोठं होतं. योगी व्यक्तीची दृढ मान. मला त्यांची अक्षत कामुकता जाणवली.

त्यानंतर तासाभरानं मला एक चिठ्ठी मिळाली.

पांढ्ऱ्या रिसायकल्ड कागदावर छापील काळ्या अक्षरातली – तिथे सगळ्या गोष्टी रिसायकल केल्या जात असत. अस्तित्व पूर्णत: 'बायोडिग्रेड' करून... निसर्गाकडे परत जाण्याचा मार्ग. आम्ही जल, अग्नी, वायू या घटकांचा अभ्यास केला आणि त्यांच्या संयोगाने आपण कसे बनलो आहोत याचाही. आमचं निसर्गाशी असलेलं नातं, जे आम्ही विसरलो होतो, ते आम्ही पुनःस्थापित केलं होतं. आम्ही जगण्याची कला शिकलो होतो आणि ते जगताना काटेकोर शिस्त अनुभवत होतो.

"चहाला ये!!!"

त्यांचा थरार... मजेशीर होता. मी किशोरवयीन होते तेव्हा– माझी मासिक पाळी सुरू होण्याच्या जरासं आधी, मी एक गोष्ट शिकले होते– आपणहून आमंत्रण न देता जर कुणाचं निर्भेळ लक्ष वेधलं गेलं असेल, तर ते स्वीकारायचं.

इथे मी पुन्हा विद्यार्थी होते... माझं नवं आणि रोमांचक वास्तव. चित्तथरारक अवस्था. लवकरच, माझं अंतर्मन आणि मी जे पैसे मिळवणारं यंत्र बनले होते ते यंत्र, यातलं अंतर वाढत गेलं. आता मी पैशाची व्यवस्था बघणं किंवा गुंतवणुकीसाठी फायनान्स मार्केटचा आढावा घेत राहणं, या गोष्टी बंद केल्या होत्या. सार्वजनिक दर्शनापासूनही मी लांबच होते. माझ्या या नव्या रूपांतराबद्दल मी स्वर्गीय शक्तींची आभारी होते. काय विलक्षण आनंद होता तो! योगाचं पवित्र सान्निध्य आणि कर्तबगारी वा यश अशा कुठल्याही संदर्भात कसलीही वैयक्तिक ध्येये नाहीत, अशा अवस्थेत मी खऱ्या अर्थानं अ-भौतिकवादी स्थितीत प्रवेश केला होता. पूर्णत: प्रदूषणमुक्त वातावरणात व गंगेच्या नि:स्तब्ध सान्निध्यात मी इतकी आनंदात होते, की माझा त्यावर विश्वासच बसत नव्हता. आयुष्याकडून माझी आणखी कसलीही अपेक्षा नव्हती.

ॐ

ते तिच्याकडे पाहत होते... अत्यंत उत्कटतेनं, उत्सुकतेनं. त्यांनी यापूर्वी तिच्यासारखं कुणी पाहिलं नव्हतं. तिच्यापाशी नवलाईचं भांडारच होतं. उदाहरणार्थ, जेव्हा त्यांनी तिला गुरुमंत्र आणि आध्यात्मिक नाव धारण करण्याबद्दल विचारलं, (सामान्यत: शिष्य त्यांच्याकडे या गोष्टींची विचारणा करत असत, विनंती करत असत, भीक

मागत असत.) तेव्हा तिचं उत्तर स्पष्ट होतं :

"माझे गुरू माझ्यातच वास करतात. मी जरी त्यांचा उपदेश कायम ऐकत नसले, तरी मी त्यांच्या संपर्कात आहे."

बस्स.

काही काळानं, ती त्यांना अतिशय आवडू लागली असल्याचं जाणवत होतं. ते प्रत्येक दिवस मनात जपत होते... नयनमनोहर परिसरात तिचं पायी भटकणं... ताठ कण्यानं चालणं... तिची सावळी तेजस्वी त्वचा, तिचा मोकळा, सरळ केशसंभार, ढगळ कपडे...

एके दिवशी, त्यांच्या सत्संगात त्यांनी एक विनोद केला, अगदी कोऱ्या चेहऱ्यानं आणि त्यावर हास्याचा मोठा धबधबाच कोसळला. तिथे असं हसणारी ती एकमात्र व्यक्ती होती. बाकी तिच्या आजूबाजूला बसलेली १२०० माणसं त्यांच्या त्यांच्या विचारात गुरफटलेली होती, त्यामुळे त्यांनी तो विनोद ऐकलाच नव्हता किंवा इतक्या मोठ्या गुरूंसमोर हसणं त्यांना योग्य वाटलं नव्हतं. ती हुशार होती... निर्भय होती. त्यांना ते आवडलं होतं. चांगले कर्म.

त्यांना सर्वांत आवडलेली गोष्ट म्हणजे समाजप्रवर्तक अनू जीवनशास्त्राचे एक मूलतत्त्व असलेल्या कर्मयोगात रस घेत होती, तेसुद्धा तो योगअभ्यासक्रमाच्या काटेकोर वेळापत्रकाचा भाग नसूनही. कर्मयोग म्हणजे ढोबळमानानं सांगायचं तर फळाची अपेक्षा न बाळगता केलेलं कर्म. ही गोष्ट विशेष महत्त्वाची असते : ती कर्मयोगी व्यक्तीसाठी अगणित लाभ मिळवून देते. योगाश्रम प्रमुखांना एका बॉलिवूड स्टारला, आता कर्मयोगी असलेल्या, इतर योगाकांक्षी साधकांसमोर मॉडेल म्हणून ठेवण्यात लाभ दिसला. बहुतेक जणांसाठी हे मानणं मोठं मुश्कील होतं. योग अभ्यासक्रमातल्या पंचेचाळीस विद्यार्थ्यांपैकी... फक्त चार भारतीय होते, बाकीचे निरनिराळ्या वीस देशांतून आलेले होते. तिथे अनू सर्वांत मेहनती ठरली.

मनापासून कृतज्ञतेनं केलेलं कोणतंही कर्म मन स्वच्छ करतं. ती जेव्हा थिअरीच्या वर्गात नसायची, तेव्हा ती एकतर स्वयंपाकघरात वरणाच्या भल्या मोठ्या पातेल्यासमोर बसलेली असायची, रश्श्यात भाज्या घालून त्या शिजवत असायची, योगाच्या विद्यार्थ्यांना वा संन्यासीजनांना जेवायला वाढत असायची किंवा बाहेर बागेत तण काढत असायची किंवा नारळाच्या बागेत झाडांना कुरवाळत, त्यांच्याशी प्रेमानं बोलत त्यांना आलिंगन देत असायची... ती त्यांच्याशी काय बोलायची ते कुणालाच माहीत नव्हतं; किंवा ती ब्रेड तयार करण्यात मदत करताना दिसायची, जमिनीवर चपात्या लाटत असायची. रविवारी विद्यार्थी शिणवणाऱ्या योग अभ्यासक्रमातून विश्रांती घेत असत. आठवडाभर चांगलंच धारेवर धरलेलं असे. या अभ्यासक्रमात योगाच्या संदर्भातील तसेच इतरांच्या संदर्भातील ऐतिहासिक,

शरीरशास्त्रीय, मानसशास्त्रीय, भौतिक, मनोकायिक अशा विषयांचा समावेश होता. अर्थात, मानवाचा 'स्व'संदर्भातील आणि इतरांच्या संदर्भातील दृष्टिकोन!

ॐ

जेव्हा ते प्रमुख लहान होते – बालसंन्यासी होते – तेव्हा त्यांच्या गुरूंनी त्यांना कर्मयोग हे योगाचं सारसर्वस्व असल्याचं सांगितलं होतं. कुठल्याही फळाची अपेक्षा न धरता अथवा काही साध्य करण्याची भावना न ठेवता केले जाणारे कर्म, हे योगाच्या सर्व प्रकारात उच्च समजले जाते. ज्या समाजामध्ये असे कर्मयोगी असतात, जे वैयक्तिक स्वार्थ बाजूला सारून, त्यांच्या आजूबाजूच्या लोकांशी एकरूप झालेले असतात, तो समाज समृद्ध, सुव्यवस्थित आणि एकोप्यानं नांदतो.

काही महिन्यांनी मला आमच्या योग अभ्यासक्रमातला अतिशय महत्त्वाचा मुद्दा लक्षात आला : आमच्या अभ्यासात, आपल्या मूलस्रोताकडे कसं परतायचं हे आम्ही शिकलो होतो. किती विलक्षण गोष्ट होती! ती विचारपद्धती, वर्तन आणि खरोखर काय महत्त्वाचं आहे याचा शोध... शहरी जीवनात आपण ज्याकडे दुर्लक्ष करत असतो अशा सगळ्या गोष्टी... आयुष्याबद्दलच्या संकुचित दृष्टिकोनातून आलेलं अज्ञान असतं ते. इथे योगाश्रमात आम्ही उत्कृष्टता कशी साध्य करायची, मानवी क्षमता कमाल मर्यादेपर्यंत कशी वाढवायची हे शिकत होतो. नवलच होतं! मी या पृथ्वीवर का जन्माला आले याचं कारण मला सापडलं होतं. आणि मी खरी कोण होते तेही मला कळलं होतं. हॉलिवूड कितीही आकर्षक असलं तरी ते मला या गोष्टी कसं काय देऊ शकणार होतं? सुरुवातीला काही वेळा मला 'इंटरनॅशनल क्रिएटिव्ह मॅनेजमेन्ट'ची ऑफर न स्वीकारल्याची पश्चात्तापयुक्त टोचणी असायची; पण आता मला पक्की खात्री होती– मी योग्य निर्णय घेतला आहे.

अतिशय इंटरेस्टिंग गोष्ट म्हणजे – आता माझी दुसरी बाजू प्रकट होऊ लागली होती. चाहत्यांकडून कौतुकाची पावती 'घेणारी' मी... आता इतरांना 'द्यायला' तयार होते. या खेपेला, प्रेम.

कर्मयोगा, ही मी आले आहे!

मला जाणवणारं नैराश्य... माझ्या वाट्याला आलेल्या अडचणी... हे सगळं योगामुळे बदलत होतं... त्याचं आनंदात रूपांतर होत होतं. आयुष्य प्रेममय झालं होतं.

ॐ

तुमचा देह जाणून घ्या, स्वतःला जाणून घ्या.

पूर्ण लक्ष घ्या. देह स्थिर ठेवा. मन शांत करा. तुमच्या भावना जाणून घ्या.

साक्षी व्हा. निरीक्षण करा. प्रतिक्रिया न देता फक्त निरीक्षण करा. शहरात राहणाऱ्या लोकांच्या भयंकर सवयीचे गंड सोडून घ्या.

फक्त 'असणं' अनूभवा. फक्त तुमचं असणं. दुर्दैवानं, आपल्याला शाळेत हे शिकवलं जात नाही.

आमच्या थिअरीच्या अभ्यासात, शारीरिक आसनांचा फक्त एकच तास असायचा. आणि तोही पहाटे साडेचार वाजता. मी तिथेही माझा एक तास ध्यानधारणेचा नित्यक्रम सुरू ठेवला होता, त्यामुळे मी पहाटे साडेतीन वाजताच आसन-हॉलमध्ये हजर असायचे. अंधारात बाहेरच्या पाम वृक्षांच्या पानांची सळसळ ऐकू येत असायची. मग मी आरंभ करायचे... अस्वस्थ मन... 'मंकी माइन्ड' ताब्यात ठेवण्याचा.

योगाश्रमाच्या प्रमुखांचे आध्यात्मिक चाहते त्यांचा फोटो उशाखाली ठेवून झोपत असत. दिवसा ते आपल्याला वाटेत भेटावेत याची त्या चाहत्यांना अविरत प्रतीक्षा असायची. त्यांची ढगळी वस्त्रं त्यांच्या देहावर शोभणारी नसली तरी तो मुद्दा महत्त्वाचा नव्हता. या चाहत्यांना त्यांच्याविषयी आदरयुक्त धाक असे. कधीकधी नशीब जोरावर असायचं तेव्हा ते वाटेत भेटायचे. अशावेळी ते थांबून त्यांच्या चाहत्यांना एखादा प्रश्न विचारायचे किंवा त्यांना अभिवादन करायचे तेव्हा हे चाहते जागीच थिजायचे, त्यांच्या तोंडून शब्दही फुटत नसे.

या लोकांना त्यांच्यात काय दिसतं?... मला कधी कळायचं नाही.

ते जरा चमत्कारिकच होते. त्या विलक्षण सुंदर स्थानी, त्यांचे हास्यास्पद प्रश्न ऐकले की मी हतबुद्ध व्हायचे, माझ्या मनात यायचं : सगळं व्यर्थ आहे.

आमच्यात एक समान सूत्र होतं : ते स्टार होते, आध्यात्मिक प्रांतातले आणि मी भौतिक प्रांतातल्या 'स्टार' आयुष्यातून नुकतीच सुटका करून घेतली होती. अज्ञातवासात आले होते.

मी निरीक्षक व्हायचं ही योगाची अटच होती. मीही कर्तव्यनिष्ठेनं ते अंगीकारलं होतं. माझ्या काटेकोर निरीक्षण यादीत 'ते' अग्रस्थानी होते. शिष्य त्यांच्या चरणस्पर्शासाठी खाली झुकायचे, त्यांच्या शेजारी त्यांचा धिप्पाड अल्सेशियन कुत्रा– शंभू – आभारार्थ शेपूट हलवत असायचा. चपळ योगी चार वेगवेगळ्या फोनवर अत्यंत यौगिक सहजतेनं प्रतिसाद देत असायचे – योगाश्रमाच्या विविध बारा देशांतल्या केंद्रांना मार्गदर्शन करायचे; चौदा भाषा अगदी सहज सफाईनं बोलत असायचे... चेहऱ्यावरचं यौगिक मुग्धमधुर स्मित कायम ठेवून. सदैव आनंदी... उल्लसित असणारे स्वामी... ऑलवेज इन ग्ली... स्वामीग्ली.

माझ्या मनात यायचं, 'हा माणूस, एका धर्मोपदेशकाच्या पोटी जन्माला आलेला... वयाच्या चौथ्या वर्षी यानं संन्यास घेतला होता... खरंच असेल?'

ते एखाद्या कसरतपटूसारखे पायाच्या अंगठ्याचं चुंबन घेऊ शकत असत,

त्यांचं मस्तक दोन्ही पायांमध्ये धरून हिमालयाच्या वातावरणात 'कार्टव्हील'ची गिरकी घेऊ शकत असत. त्यांचे पाय लांब, दणकट आणि लवचीक होते... ते विलक्षण हलक्याफुलक्या उत्साहानं चालत असत. ते जलदगतीनं चालायचे तेव्हासुद्धा त्यांचं चालणं गंगेच्या प्रवाहासारखं वाहतं... ओघवतं आणि स्वाभाविक असे. त्या आध्यात्मिक राज्यातला तो 'नायक' जगभरातल्या दुःखीकष्टी बालिकांच्या समस्या सोडवत असे. चालताबोलता 'फॅन्टम'च.

पण मी काही दुःखीकष्टी नव्हते. आणि मी त्यांना माझं पालकत्व दिलं नव्हतं. आम्ही उभे असलो की ते माझ्यापेक्षा उंच दिसायचे, ही गोष्ट माझ्यासाठी नवी होती, कारण बहुतेकसे भारतीय पुरुष उंचीनं माझ्यापेक्षा कमी होते. अगदी बॉलिवूडमध्येसुद्धा त्यांना माझ्यापेक्षा उंच हिरो शोधणं अवघड व्हायचं. शिवाय, मी अगदी बालपणापासून सुपरफिट पांना बघत होते. ते वयाच्या अठराव्या वर्षी वायुदलात इंजिनिअर बनण्याचं प्रशिक्षण घेत होते, त्या वेळी ते ज्या मापाची जीन्स घालायचे, त्याच मापाची जीन्स ते साठाव्या वर्षीही ते घालत होते.

योगाश्रम प्रमुखांचं डोकं, त्यांचे अरुंद खांदे व सडपातळ देहापेक्षा फारच मोठं होतं... ते 'परफेक्ट मॅन' वगैरे मुळीच नव्हते आणि माझ्या मनातल्या राजकुमारासारखे तर नव्हतेच नव्हते. त्यांची देहयष्टी पिळदार वगैरे नव्हती, विसविशीत होती आणि त्यांची चालण्याची ढब अगदी नाजूक बायकी होती.

''हे फारच मोठे वाटत नाहीत ना?'' एके दिवशी ते त्यांचे कान पिरगाळत म्हणाले. ते दृश्य हत्तीनं कान फडफडवल्यासारखं दिसत होतं. ते गंमत करत होते, पण त्यातून माझ्या लक्षात आलं की, माझी त्यांच्याशी मैत्री जुळू लागली आहे. त्यांना त्यांच्या कानांबद्दल गंड होता, त्यामुळे ते एक प्रकारे त्याची कबुली देत आहेत असं मला वाटलं.

मला त्यांना सांगावंसं वाटत होतं,

'चला स्वामीग्ली, दहा दिवसांच्या विपश्यना कोर्ससाठी नाव नोंदवा... जिथं मनाची सखोल शस्त्रक्रिया खोलात खोल गंडांसहित सगळे भावनिक गंड मुळापासून उखडून टाकते.'

पण मी ते बोलले नाही. कदाचित ते त्याचा अर्थ 'नकारार्थी' घेतील या भयानं, खासकरून ते माझ्यावर छाप पाडण्याचा प्रयत्न करत होते, अशा वेळी मला ते नको होतं.

आणि ते माझ्यावर बारीक नजर ठेवून राहिले.

೫

तो महिना खूपच वेगानं संपला... गंगेच्या लाटेपेक्षाही अधिक वेगानं.

मी त्यांच्यासोबत चहा घ्यायला गेले होते. त्यांनी मलाच का बोलावलं असेल... त्यांनी बाकी कुणाला बोलावलं नव्हतं? मी फक्त एक विद्यार्थिनी होते.

ती हिवाळ्यातली दुपार होती. ते लाकडी खुर्चीत यौगिक पवित्र्यात बसले होते. समोर टेबलावर लॅपटॉप होता. मी त्यांच्या ऑफिसमध्ये गेले तेव्हा त्यांची नजर दारावर खिळलेली होती... मी तिथे आल्याचं त्यांना कळलं असल्यासारखी. मी काही अंतरावर असतानाच त्यांनी माझ्या सँडल्सची फटकफटक ऐकली असेल का?

जागृती... सजगता.

शहरी घरात जसे कुटुंबाचे फोटो ठेवलेले असतात तसं योगींच्या खोलीत 'यंत्र' ठेवलेलं दिसत होतं– चपट्या धातूच्या बशीवर त्रिकोणी आकारात भौमितिक आकृत्या कोरलेल्या होत्या आणि तांबूस तपकिरी वस्त्रातली, मुंडण केलेली एक नाजूक आकृती तिथे हळुवारपणे काहीतरी करत होती... त्या आमच्या 'योगनिद्रा' शिक्षिका होत्या. त्या इथे काय करत आहेत? कदाचित त्यांनाही चहाला बोलावलं असेल?

ओह नो! त्या इथे आम्हाला चहा देण्यासाठी आल्या होत्या.

त्यांना हा कर्मयोग नेमून दिला असणार. संपूर्ण समर्पणाचा कर्मयोग...

योगामध्ये ताणतणावांपासून मुक्ती हा प्रमुख उद्देश असतो : 'योगनिद्रा' करण्याचा तोच उपयोग होतो. ताणतणावांपासून मुक्त होऊन सैलावणं हा माझा एक आवडता अभ्यास प्रकार होता. तो माझ्यात इतका खोलवर मुरायचा की, मी दोन वर्षंपिक्षा कमी काळात, योगनिद्रा घेतली की, अक्षरश: कोमातून जागी व्हायचे.

योगाश्रमात एक ग्लास व एक बशी एवढ्याच दैनंदिन गरजेच्या मूलभूत गोष्टींवर भागवताना, इथे उंची कटलरी दिसली नव्हती. किंवा इथे ती नसणारच असा माझा समज होता. आत्ता तांब्याच्या ट्रेमधून चिनीमातीच्या, गुलाबांची नक्षी असलेल्या कपातून चहा येणं आनंददायी होतं. तोसुद्धा दुधाचा चहा... मला महिन्याभरात त्याची चवसुद्धा चाखायला मिळाली नव्हती!

त्यांचे डोळे स्थिर होते... नजर माझ्यावर खिळलेली. मी त्यांच्या डोळ्यांत खोलवर पाहिलं आणि चकितच झाले. ते माझ्याकडे चाहते किंवा माझी माप घेताना डिझायनर्स पाहायचे तसं पाहत नव्हते; पण ती नजर अशी होती, की जणू त्यांनी माझ्यातच प्रवेश केला असावा... माझं व्यक्तित्व अत्यंत सभ्यतेनं आरपार चिरत. मी त्यांना आत प्रवेश दिला होता. आंतरिक शांतीची आंतरिक शांतीशी भेट झाली... आणि ते बंध घट्ट गुंफले. दोन स्वतंत्रपणे वाढणाऱ्या झाडांची पानं परस्परांत गुंफली जाऊन एकत्रच वाढू लागावीत तसे. आणि अचानक... मी दुसरीकडे गेले... बाहेरच्या नुकत्याच कापलेल्या ताज्या हिरवळीपासून उगवतीच्या सूर्यप्रकाशात चमचमणाऱ्या गंगेच्या पात्रापासून दूर...

ही आदर आणि प्रेमाची चरमसीमा होती... त्यांना मला जाणून घ्यायचं होतं, माझ्यातील त्या भागाला स्पर्श करायचा होता, जो भाग म्हणजे खरी मी होते, माझ्या अंतरंगाच्या सर्वांत तळातला... मोठा भाग, त्याला देव म्हणा अथवा प्रत्येकाच्या अंतरंगात जे अस्तित्वात असतं ते म्हणा. जेव्हा त्यांनी ते केलं तेव्हा, ते आयुष्याच्या अशा रहस्यात डोकावले, जे मला कायमच जाणून घ्यायचं होतं, पण मला कधी ते जमलं नव्हतं.

माझं भान हरपलं होतं... मी ना पापणी पाडू शकत होते, ना श्वासोच्छ्वास करू शकत होते... मला स्थळकाळाचं भान उरलं नव्हतं. मी ज्या गोष्टीची प्रतीक्षा करत होते ती गोष्ट हीच होती. मी माझ्या मनाच्या तळात खोलवर दडलेल्या आकांक्षेच्या तटबंदीकडे निघाले होते. अविश्वसनीय. भासमय.

त्यांच्या सुव्यवस्थित टेबलावरची एक फाइल चाळत त्यांनी माझ्याकडे न पाहता अगदी सौम्य स्वरात सहजपणे विचारलं,

"तुझ्या आजोबांचं नाव काय?"

"क्काय??"

चहापानाला बोलावल्यावर त्यांनी संभाषणाची गाडी या मार्गावर आणल्यामुळे मी जराशी गोंधळले.

"खुशी राम सिंग. चौदा पिढ्यांचा कुटुंबवृक्ष... त्यातले देवी सिंग राजस्थानातून उत्तर प्रदेशात आले. तिथे त्यांनी बरीच जमीन विकत घेतली... ते वंशावळीतले पहिले आजोबा..."

आता उठायला हवं हे लक्षात घेऊन मी उठले.

मला उठलेलं पाहून त्यांनी मला 'बस' अशी खूण केली. ते बावरल्यासारखे दिसत होते.

सत्ता निरनिराळे मुखवटे परिधान करत असली, तरी त्याचा अर्थ नेहमी तोच असतो– ती अहंकार फुलवत असते. जेव्हा तुमच्या आजूबाजूची एखादी व्यक्ती तिला इतर लोकांसारखा प्रतिसाद देत नाही तेव्हा तिची हवा जाते.

योग विद्यापीठ चालवणाऱ्या गुरूंनी परिपक्व व्हायला हवं.

मी तिथून झटक्न बाहेर पडले. मी पाठमोरी होते, तरी त्यांची अधाशी नजर माझ्यावर खिळल्याचं मला जाणवत होतं... बहुधा ती मणक्याच्या सरळसोट रेषेवरून वर-खाली फिरत असावी.

ते माझ्याशी थेट सरळ का वागू शकत नव्हते? असल्या आडवळणी युक्त्यांपेक्षा काय विचारायचं ते मला सरळ विचारा ना!

౭౨

योग भारतीय मातीतलाच असला तरी १९९७ मध्ये भारतीयांमध्ये तो तितका लोकप्रिय नव्हता. तिथे ज्या पंचेचाळीस विशेष विद्यार्थ्यांची निवड झाली होती, त्यात मी एकमात्र भारतीय मुलगी होते.

माझी खोली बदलली होती. आता मी गेल नावाच्या इंग्लिश मुलीसोबत जी खोली शेअर करत होते, त्या खोलीच्या प्रशस्त खिडक्यांमधून विशालहृदयी गंगेचं दर्शन होत असे आणि त्यामुळे तिथे शांतीची विलक्षण अनुभूती येत असे. गेल कलाशाखेची विद्यार्थिनी होती. लंडनच्या बाहेरच्या एका खेड्यातून आलेली. आमच्या अभ्यासक्रमाच्या नियमानुसार पहाटे चार वाजता उठावं लागत असे, ते तिला अजिबात आवडत नसे. ती पहाटे तीन वाजता खोलीतले सगळे दिवे झगझगीत लावून ठेवायची. नुकतंच एखादं भयंकर स्वप्न पाहिल्यासारखी, कपाळावर आठ्या घालून संतप्त चेहऱ्यानं खोलीत धावाधाव करत असायची. बोलायची परवानगी नसे. मग मी डोळ्यांवर उशी घ्यायचे आणि ती शांत होईल अशा आशेनं पडून राहायचे.

आमच्यात संभाषण जवळपास नव्हतंच.

पण मला एका गोष्टीचं कौतुक वाटायचं, ते म्हणजे तिनं कधीही तक्रार केली नाही. त्या एकवीसवर्षीय मुलीला आमच्या 'हाउस ऑफ शक्ती'मधील सर्वच्या सर्व सहा संडास स्वच्छ करायचं काम दिलेलं होतं... कर्मयोग. सकाळी ७ ते ८ या वेळात ती तिचं काम करताना स्वत:शीच गुणगुणत असायची. कामातून जरासा विसावा घेऊन ती मूकपणे आमच्या खोलीत यायची, किटलीत थोडं पाणी गरम करायची आणि यूकेतून सोबत आणलेला अर्ल ग्रे किंवा कॅमोमाईल यातला कुठला तरी चहा करून प्यायची. तिथल्या शुद्ध वातावरणात त्या चहाचा गोडसर वास रेंगाळत राहायचा. मग ती पुन्हा संडासांच्या दिशेनं चालू लागायची- तिचे पिंगट- तपकिरी केस तिच्या कपाळावर रुळत असायचे– आणि पुन्हा साफसफाईचं काम करू लागायची.

आपणा भारतीयांना याचा बाऊ वाटतो, पण ती ते वस्तुनिष्ठतेनं करत असे.

योग समग्र पद्धती अनुसरतो. समग्र जीवनपद्धती ही आपण आणि आपला भोवताल या दरम्यान समतोल साधण्याची कला आहे. आपण आपल्या भोवतीच्या प्रत्येक गोष्टीशी संलग्न आहोत ही गोष्ट समजून घ्या व तिचा आदर करा.

प्रत्येक क्षण मला काहीना काही शिकवत होता आणि ते माझ्या अस्तित्वात खोलवर झिरपत होतं.

गेलमध्ये हळूहळू परिवर्तन दिसू लागलं होतं. आमच्या योग अभ्यासक्रमाचा एकचतुर्थांश कालावधी पूर्ण होत आला होता, त्या दरम्यान गेलच्या गालांवर खळ्या उमटल्या होत्या, ती हसू लागली होती. योगाचे परिणाम दिसू लागले होते.

आमची गट्टी जमली होती.

सणावाराच्या सुट्टीच्या दिवशी ती माझ्यावर अंकशास्त्राच्या अभ्यासाचे प्रयोग करायची. ती फिस्कारली की तिच्या गोऱ्या चेहऱ्यावरचा गडद तपकिरी तीळ पसरायचा.

''अगदी दलाई लामांसारखं आहे! या तक्त्यातील सगळे आकडे आणि तुझे आकडे सारखेच आहेत, फक्त एक सोडून...''

''त्या एका आकड्याच्या फरकामुळेच... दुष्ट योनी जागृत होत असणार...''

पण या तुलनेमुळे मला माझ्या आयुष्यात ही सर्वोच्च प्रशंसा लाभल्यासारखं वाटलं.

गेलनं माझं ते हसण्यावारी उडवणं रोखत मला ठासून सांगितलं, ''आकडे सांगत आहेत की, तुझं दलाई लामांशी खूप साधर्म्य आहे... तुझे तक्ते जवळपास तसेच आहेत.''

ॐ

तिथे झेंडू कायम बहरलेला असे. मी तिथल्या व्यवस्थापिकेला तिथल्या एकूणच सौंदर्याबद्दल व योगाश्रमाच्या व्यवस्थापनाबद्दल प्रशंसेची पावती देण्यास उत्सुक होते, पण आम्ही वाटेत कुठे समोरासमोर आलो (तिथे आम्ही कुठल्या संन्याशाला टाळायचं म्हटलं तर ते शक्यच नव्हतं. आम्ही मूकपणे एकत्र जेवायचो, एकाच निवासात झोपायचो, संध्याकाळी एकाच कार्यक्रमांना उपस्थित राहायचो) की ती स्वामी 'उद्विग्न योगी' योगाश्रमात गळून खाली पडलेल्या वाळक्या पानांकडे पाहत असल्याचा बहाणा करायची. माझ्याशी कुठल्याही प्रकारचा संबंध येऊ नये याची ती दक्षता बाळगत होती.

जाडजूड कंदाच्या आकाराचं ढुंगण आणि छोट्या भोपळ्यांएवढे वक्ष असलेली ती संन्यासिनी माझ्याकडे दुर्लक्ष करत्येय हे कळत होतं, पण तिची काय समस्या आहे ते मात्र मला कळत नव्हतं.

मात्र, मला एखाद्या विद्यार्थ्याशी, शिक्षकाशी किंवा स्वामीग्लीशी बोलताना पाहिलं, तर ती अगदी लक्षपूर्वक माझं बोलणं ऐकत असायची. अशावेळी मात्र तिचे कान सुपाएवढे टवकारलेले असत. तिच्या तुळतुळीत चमकदार गोट्याच्या आत तिनं माझे तुकडे तुकडे केलेले असत...

तिच्या मुंडण केलेल्या, अंडाकृती डोक्यातली अनूबद्दलची नावड स्पष्ट दिसत होती, का कोण जाणे! योगाश्रमात जणू नवा रहस्यसंच खुला होणार होता. मी मात्र तिथे निर्लेप राहिले होते याचा मला आनंद होता. आता मला जवळपास कुठल्याही गोष्टीचा त्रास होत नव्हता. वाऱ्याच्या झुळकीसोबत शांतताही वाहत होती.

माझे साधे सैलसर कपडे सभ्यतेचं 'फॅशन स्टेटमेंट' बनल्यासारखे वाटत

होते. 'दाखवणं' या विचारावर 'जाणिवेनं' मात केली होती. दाखवण्यापेक्षा ते अनूभवा. त्यात पोशाखसुद्धा आलेच. प्रत्येक दिवसाची शांतता दुसऱ्या दिवसाच्या आरंभात विलीन होत होती.

असेच काही महिने गेले. आम्ही करत असलेल्या प्रत्येक कामात, मी सामान्य मनाची जलद गती आणि सर्व दिशांना विखुरलेल्या हालचालींवर नियंत्रण ठेवण्याचा आटोकाट प्रयत्न करायचे. कणकेचे गोळे लाटताना, नीरव शांततेत, मी वर्तमान क्षणात जगण्याचा अभ्यास करत होते.

त्या वेळी मला कल्पनाही नव्हती की, माझ्या शांत परीकथेतील अस्तित्वाच्या दुसऱ्या बाजूला, तीच शांतता भंग करण्याचा कट शिजत होता.

एप्रिल महिन्यातील उबदार दिवस होता. आत्तापर्यंत स्वामी 'गांगर' योगी शांत होती... ती हुं का चूं न करता शांतपणे पार्श्वभूमीवर उभी होती. योगाश्रम प्रमुखांचा अनूबद्दलचा वाढता फाजील प्रेमळपणा तिनं पाहिला होता.

ॐ

योगाश्रमात कुठलाही वर्ग सुरू होण्याआधी दहा मिनिटं वर्गाची दारं बंद केली जात असत.

आणि जर तुमची दोन तासांना गैरहजेरी लागली, तर तुम्हाला घरी जायला सांगत असत. एका स्पॅनिश विद्यार्थ्याच्या बाबतीत असं घडलं होतं. मला ती कठोर शिस्त आवडायची, म्हणजे मला वेळ पाळणं आवडायचं एवढ्याच कारणामुळे नव्हे, तर त्यातून हे व्यक्त व्हायचं की, योग अभ्यासक्रम अतिशय गांभीर्यानं पूर्ण करताना आमच्यावर उत्तमरीत्या देखरेख होती.

योग हा कुठल्या एका देशापुरता मर्यादित नाही. आपण वैश्विक 'व्हाईब्ज'बद्दल बोलतो. आपण सामान्य दृष्टीला न दिसणाऱ्या गोष्टी मानतच नाही. त्या दिवशी सकाळी साडेनऊच्या तासादरम्यान आम्हाला मानवी शरीरात असलेल्या पाच वायूंबद्दल आणि ते ज्या पाच स्वतंत्र दिशांना जातात त्या दिशांबद्दल सांगितलं. माणसाच्या शरीररचनेत हे वायू एखाद्या गुपितासारखे दडलेले असतात. माणसाला स्वत:लाच त्याचं विस्मरण होतं. सर्व माणसांच्या शरीररचनेत 'हार्डवेअर' समानच असतं, फक्त 'सॉफ्टवेअर' बदलतं.

विद्यार्थ्यांना वर्गात आपापली जागा निवडण्याचं स्वातंत्र्य होतं. प्रत्येक दिवशी नवी जागा असे. त्या दिवशी मी खिडकीशेजारच्या खुर्चीत बसले होते. दूरवर भाताची शेतं दिसत होती... गंगेच्या तीरावरचा चिखल स्फटिकी दिसत होता. वाळूच्या प्रत्येक कणात समृद्धीचे रेणू सामावले होते... मी बाहेरच्या निसर्गसौंदर्यानं प्रफुल्लित झाले होते... तिथली विलक्षण शांतता मन भारून टाकत होती.

तितक्यात माझ्यासमोर एक आकृती प्रकटली... भूत दिसावं तशी. मग ती आकृती जराशी हलली. मी जराशी हसले. आह! स्वामीग्ली... हे इथे काय करत आहेत?

ते दोन झाडांच्या मागे अशा बेतानं उभे होते की, ते फक्त मलाच दिसावेत. ते मला पाहायलाच आले होते. त्यांची आकृती मोठी मोठी होत होती... मी 'झूम' करून पाहत असल्यासारखी. हे सगळं काहीसं विचित्र होतं, पण माझी थोडी करमणूक झाली आणि मला छानही वाटलं. ते काहीही बोलले नव्हते... पण मला ते ऐकू आलं होतं. ते माझ्या मागे लागणं बंद करतील का? मला ही गोष्ट सुखावत असली, तरी हा माझ्यावर कडक पहारा असल्याचाच प्रकार होता... ते कीर्तनाच्या वेळी माझ्या मागे आले होतेच आणि आता तर... मला शाळेत असतानाचे दिवस आठवले. तेव्हा आशिष नावाचा आमच्या वर्गातला एक मुलगा माझ्या बाबतीत माकडचेष्टा करत असायचा.

पण मला त्यांच्या देहातील निवांत निश्चलता आणि त्यांच्या सस्मित चेहऱ्यावरचं साधेपण आवडलं.

उडणारे सुपरयोगी

तास संपल्यानंतर मला त्यांच्या ऑफिसमधून बोलावणं आलं.

आता काय?

मी त्यांच्या ऑफिसमध्ये गेले. मागे गंगेचं पात्र संशयास्पद गुप्तता राखत चमकत होतं.

रिकाम्या टेबलामागे लांबसडक पापण्यांचे आश्रमप्रमुख तेजस्वी यौगिक मुद्रेनं बसले होते. आमच्या दोघांमध्ये लॅपटॉप ही एकमात्र वस्तू होती. त्यांचं लक्ष माझ्यावर एकवटलं होतं.

''मी माझ्या खोलीत तुझा फोटो लावला आहे.''

त्यांच्या रुंद हास्यातून त्यांच्या फिकट गुलाबी, परिपूर्ण निरोगी हिरड्या दिसत होत्या.

क्काय?? त्यांच्या खोलीत माझा फोटो लावला आहे? ते चाहते आहेत?

सांसारिक लोक – चाहते – तारे-तारकांचे फोटो ठेवतात. आध्यात्मिक साधक त्यांच्या गुरूंचे फोटो फ्रेम करून घेतात, त्यांच्या फोटोचं पदक करून गळ्यात घालतात किंवा भिंतीवर एखाद्या खास स्थानी ती फ्रेम लावतात.

पण माझा फोटो?

शोध : गुरूंकडे महाविद्यांच्या त्यांनी निवडलेल्या देवतांचे फोटो असतात.

देवींची पूजा करणं हा बहुधा तंत्राचा भाग होता.

''मला तुला शृंगारायचं आहे. आज संध्याकाळी... मी तुला मातंगी देवी दाखवीन... तू अगदी तिच्यासारखी दिसतेस... येशील ना तू?''

मला त्यांची 'नो-नॉन्सेन्स' पद्धत आवडली : ते थेट मुद्द्यावर आले होते.

बाकी कुठली सामाजिक औपचारिकता नाही... अगदी 'कशी आहेस?' वगैरेसुद्धा नाही.

त्यांच्या मागच्या बाजूला असलेल्या झाडाच्या प्रशस्त खोडावरून एक खारोटी घाईघाईनं वर निघाली होती... अगदी सावधपणे... दर काही पावलांनी ती मागे वळून कुणी हल्लेखोर तर येत नाहीये ना याची खात्री करत होती...

आत्ता काय म्हणाले ते?

तुमच्या देहाचे प्रतिसाद सजगपणे बघा : माझ्या हृदयाचा ठोका चुकला होता. माझा श्वास सेकंदापेक्षाही कमी काळासाठी अडकला होता. माझ्या अंतरंगातील संपूर्ण शांततेत स्तुतीनं सुखावलेली कबुतरं घुमत होती.

मी... देवी?

मी पापी जीवांचं मूर्तिमंत उदाहरण आहे. मी दोषदर्शी आहे. नास्तिक्यवादी आहे. मी... 'दिवा' ते देवी?

ते असं का म्हणत असतील?

त्यांनी मला आत्ता कुठे शहरातून... चित्रपटतारका या रूपातून वरच्या पातळीवर आणलं होतं... वैश्विक अस्तित्वाच्या दिशेनं... ज्याची गुरू पूजा करतात. नक्षत्रलोकांतील अस्तित्व. वॉव!

"मातंगी... दहा महाविद्यांपैकी एक... यातल्या नऊ गोऱ्यापान आहेत आणि ही एकमात्र देवी काळीसावळी आहे..."

मी इथे जे शिकायला आले होते त्या माझ्या आंतरिक सत्याचा हा एक भाग होता का? या मोहक, कामोद्दीपक वातावरणात हे स्वप्न साकार झाल्यासारखं वाटत होतं. असं स्वप्न... जे स्वप्न आहे हेच मला कधी कळलं नव्हतं.

"आज संध्याकाळी माझ्या कुटीरात ये, मी दाखवीन तुला."

৩২

संध्याकाळी सहा वाजता मी त्यांच्या निवासस्थानी गेले. त्यांच्या प्रशस्त बगिच्याच्या शांत परिसरात मी पाऊल टाकलं. दाराजवळ एक शंख ठेवला होता. तो चंद्रप्रकाशानं उजळला होता. दार उघडं होतं.

अंधार मस्त घेरून येत होता. वाटेत दोन्ही बाजूला असंख्य मेणबत्त्या तेवत होत्या. मी त्यांच्या ज्योतींच्या दिशेनं चेहरा झुकवला. गुलाबांच्या रोपांशेजारच्या पूर्ण मार्गावर जादुई प्रकाश पसरला होता. मी दार उघडण्यासाठी निघाले होते. खुलेपणा हा दुर्मिळ गुण असतो, पण असतो तेव्हा तो कायमचा असतो.

ग्रामीण भागातल्या आकाशात काळ्याकुट्ट अंधार होता, त्याला रस्त्यावरच्या झगझगीत दिव्यांच्या उजेडाचा स्पर्श नव्हता. अशा वातावरणात दुर्मिळ सौंदर्य उजळलं होतं, सगळीकडे मधुर गंध रेंगाळत होता.

तिथे जाण्याआधी मी माझ्या बिछान्यावर बसले होते. विचारशून्य अवस्थेत. माझ्या खिडकीतून चमचमतं गंगेचं पात्र दिसत होतं. त्या स्थानाची शांतता अनूभवत असताना मी दचकले. तिथे मी जर कशाची चाहती असेन तर ती होते गंगेची. गेल आली होती... लांब, पांढरा सैलसर पोशाख घालून. पांढऱ्याशुभ्र फुलांचा गुच्छ घेऊन.

''किती छान आहेत ना?''

''अनू, तुझे केस मला फार आवडतात! अगदी उंची रेशमासारखे आहेत. ही फुलं तुझ्या केसात माळू?''

''हो,'' मी म्हणाले.

तलवारींच्या आकाराच्या पांढऱ्याशुभ्र पाकळ्या माझ्या केसांतून बाहेर आल्या होत्या. मी पांढरा क्रोशाचा ब्लाउझ घातला होता, स्पॅगेटी स्ट्रिंगचा. पॉडिचेरीच्या अरबिंदो आश्रमातून आणलेला आणि न्यू यॉर्कमध्ये मॉडलिंग करताना घेतलेली पांढरी स्पॅन्डेक्स लेगिंग्ज. तसंच मी सुप्रसिद्ध दिग्दर्शक मणिरत्नम यांच्यासोबत काम करत असताना, चेन्नईमध्ये घेतलेली सोनेरी काठांची अर्धपारदर्शक मलमलची सहावारी पांढरी धोती नेसले होते.

पोशाख परिधान करा, पोशाख विसरून जा : हा मॉडलचा प्रदर्शन करण्याचा सिद्धान्त असतो... फक्त चालायचं. सरळ, ताठ, उंच मानेनं.

मी जंगलात चालत निघाले होते, गोष्ट सांगणाऱ्याच्या स्वप्नात... तितक्यात एक पुरुषी आवाज आला. स्पष्ट, ओळखण्याजोगा. मी थांबले.

''तुझ्यासाठी ड्रिंक करतो... शॅम्पेन?''

शॅम्पेन? खरंच? इथे योगाश्रमात?

अचानक, माझ्या शांत झालेल्या डोक्यात घंटा खणखणल्या. मी ज्या मानवनिर्मित गोष्टी मागे सोडून आले होते, त्या शांत झाल्या होत्या आणि आता या प्रसन्न शांततेत शॅम्पेन...

त्यांच्या प्रशस्त दिवाणखान्यात– तो बराचसा रिकामाच होता– स्वच्छतेचा ताजा गंध भरून राहिला होता. वेताच्या उघड्या शेल्फमध्ये काही प्रतीकात्मक 'यंत्रे' होती, एक 'सोनी'चा अँप्लिफायर होता, जाडेभरडे सुती अभ्रे चढवलेले दोन लाल बसके कोच ठेवलेले होते– त्यावर उशा नव्हत्या. (स्वामीग्लींनी मला त्यातल्या एका कोचावर बसायला सांगितलं), आणि जमिनीवर एक छोटा चौरसाकृती उथळ खड्डा होता... ते 'हवनकुंड' होतं.

त्यांच्या निवासस्थानालगतच्या प्रशस्त बगिच्यात एक आयताकृती आधुनिक झोपडी होती. तिथे स्वामीग्ली एकांतात असत. ते अदम्य उत्साहानं आणि निर्विवाद शिस्तीनं तिथे 'साधना' करत असत. ते हवन करत असत, कोळसा आणि

लाकडातून प्रदीप्त झालेल्या अग्नीची पूजा करत असत. हवन करताना ते त्यात सुगंधी वनौषधी टाकत असत. सकारात्मक वैश्विक ऊर्जेशी जोडलं जाण्यासाठी ते ही पद्धत वापरत असत, किंवा त्यांच्या समोर ठेवलेल्या 'यंत्रा'वर चित्त एकाग्र करत असत. ते जगाला सकारात्मक 'व्हाइब्ज' पोहोचवत असत.

स्वामीग्ली स्टीलचा पेला घेऊन आले आणि त्यांनी तो हळुवारपणे माझ्या हातात दिला. मी फार कधी पीत नव्हते; पण मला ती खरंच शॉम्पेन आहे का, याचं कुतूहल होतं म्हणून मी ताबडतोब पेल्यातलं पेय चाखून पाहिलं.

आह... अर्थातच, ते शुद्ध 'डिस्टिल्ड वॉटर' होतं.

त्यांच्या भेदक डोळ्यांत मिश्कील छटा होती. ते माझ्याकडे अगदी लक्षपूर्वक पाहत होते. नेणिवेच्या पातळीवर उत्कटतेनं. त्यांनी माझ्यावर रोखलेल्या नजरेनं मी गोंधळले होते.

माझ्या लक्षात आलं होतं : शुद्ध पाणी ही जगातली सर्वोच्च शॉम्पेन असते.

माझी 'शॉम्पेन' पिऊन झाल्यावर आम्ही बाहेर बगिच्यात आलो. मेणबत्त्यांच्या प्रकाशात बगिचा मंद तेजानं उजळला होता.

"मी पाहिलेल्या हजारो लोकांपेक्षा तू खूप वेगळी आहेस."

त्यांचा रोख त्यांचे भक्त, योगाकांक्षी आणि जगभरातल्या त्यांच्या अनुयायांवर होता.

ते स्पष्ट बोलत होते... बोलताना त्यांचं प्रत्येक अक्षर चमकदार मोत्यासारखं वाटत होतं.

मी गप्प होते. तिथल्या नीरव शांततेत मला खारोटीची पळापळ ऐकू येत होती.

"तुझं मन खुलं आहे... विशाल," ते म्हणाले. जणू ते वेदांमधली सत्यं सांगत असावेत.

मी मान वळवून पाहिलं... प्रकाशाच्या शलाका चमचमत होत्या. जवळच असलेल्या गुलाबांच्या रोपांवरच्या सगळ्या कळ्या उमलल्यासारख्या वाटत होत्या.

मी स्तिमित होऊन पाहत होते.

मग मी ते जिथं उभे होते तिथे पुन्हा नजर वळवली, पण ते तिथे नव्हते.

मग मी बगिच्याच्या निश्चल सौंदर्याच्या सहवासात त्यांना अंधारात शोधू लागले.

ते दिसले... प्रशस्त बगिच्याच्या दुसऱ्या टोकाला. तुम्ही तिथपर्यंत इतक्या जलद कसे पोहोचलात; (कारण त्यांनी इतक्या जलद बगिच्याच्या दुसऱ्या टोकाला पोहोचणं विचित्र वाटत होतं) असं त्यांना विचारण्याच्या आत... त्यांचा देह जमिनीपासून वर उचलला होता... ते हवेत विहरत होते! त्यांच्या मुंडण केलेल्या डोक्याखालच्या प्रसन्न चेहऱ्याभोवती विलक्षण तेजोवलय दिसत होतं.

अरे व्वा! ते उडत आहेत?

मला महात्ऋषी महेश योगी यांच्या अलौकिक ध्यानावरच्या पुस्तकाचा अभ्यास करताना, जड वस्तू जमिनीवरून अर्धांतरी वर उचलण्याच्या दैवी शक्तीबद्दल प्रथमच समजलं होतं. त्यांच्या म्हणण्यानुसार, जर ध्यान करणाऱ्यांचा सर्व गट एकत्र मिळून अशा प्रकारे अर्धांतरी अवस्थेत जाऊ शकला, तर तो मानवकल्याणासंदर्भात सक्रिय परिवर्तन घडवू शकेल. मी महाराष्ट्रात त्र्यंबकेश्वरला एका ध्यानशिबिरात गेले होते. तिथे आम्ही ध्यान करत असताना, एक साधक असा अंतराळी गेलेला पाहिला होता. डोळे मिटलेल्या अवस्थेत तो बेडकाच्या पिल्लासारखा टुणटुण उड्या मारत होता. तिथल्या शांत वातावरणात काहीतरी चमत्कारिक आवाज कानावर पडल्यामुळे मी डोळ्यांच्या कोपऱ्यातून पाहिलं होतं. माझ्या मनात तिथे डोळे मिटून बसलेल्या इतर साधकांच्या सुरक्षेचा विचार आला होता... हा 'बेडूक' कुणावर तरी जाऊन आदळायचा. त्यानंतर तो साधक एका सरळ रेषेत उड्या मारत चालला होता हे पाहून मी थक्क झाले होते... त्याची गती आणि लय बदलत नव्हती. त्याला इतरांच्या अस्तित्वाची जाणीव होती हे मोठं विलक्षण होतं. अलौकिक उड्डाण!

पण स्वामीग्जी तर डोळे उघडे ठेवून आणि उभ्याउभ्या असे उडत होते? आणखी एक फरक म्हणजे ते स्नेहपूर्ण स्मितही करत होते!

मीच स्वप्नात असले पाहिजे... ते बगिच्याच्या दुसऱ्या टोकाला कसे काय जातील? त्यांना हे तेजोवलय कसं काय आलं होतं? पण या सगळ्याबद्दल चिंतन करण्याआधीच माझ्यात अकस्मात प्रचंड ऊर्जा आणि आनंदाचा स्फोट झाला. त्याच वेळी ते माझ्यासमोर प्रकट झाले... जिथं आधी उभे होते त्या जागी. ते त्यांच्या अल्सेशियन कुत्र्याला – शंभूला थोपटायला खाली झुकले तेव्हा त्यांचं शरीर किती विलक्षण लवचीक आहे हे माझ्या लक्षात आलं. माझी आश्चर्यचकित प्रतिक्रिया पाहून ते मान वर करून निरागसपणे हसले...

त्या गूढ अस्तित्वानं माझी मती गुंग झाली होती... मी किंचित आकर्षितही झाले होते.

"मी माझ्या खोलीत तुझा फोटो लावला आहे!"

त्यांची मी त्यांच्या निवासस्थानी असलेला धूम्रदेवता मातंगीचा फोटो पाहावा अशी इच्छा होती. मी अगदी तिच्यासारखी दिसते असं त्यांचं म्हणणं होतं... पण मी 'हाउस ऑफ शक्ती'मधल्या माझ्या खोलीकडे परत जात असताना अचानक माझ्या डोक्यात प्रकाश पडला... ते त्यांचं अंतरंग उघडून दाखवत होते. त्यांचे अलौकिक गुण प्रकट करत होते... आणि माझ्यात दडलेलेही. तुझ्यातली देवीसमान गुणवैशिष्ट्ये जागृत कर... तू फक्त मर्त्य मानव नाहीस. त्यांच्या या उत्कट भेटीनं मी निश्चल झाले होते... त्या कौतुकानं माझा श्वास रोखला होता. आमच्या

माथ्यावरचे तारे अतिशय तेजानं चमचमत होते.

⚬३

माझ्यातली स्त्री जागी होत होती. मी संन्यासीजनांसाठी क्रोशाचे छोटे बटवे विणले, खेड्यातल्या मुलांसाठी बुटी बनवल्या. आश्रमप्रमुखांसाठी मी एक फॅशनेबल मफलर शिवला.

⚬३

यामुळे मला आपण खूप खास आहोत असं वाटायचं, पण ते माझ्यावर कायम नजर कशासाठी ठेवून आहेत... सुपरयोगी? विशेषाधिकारांसोबत नेहमी जबाबदाऱ्याही येतातच.

"अनू! कुठे होतीस तू? मला तू मंचावर दिसणार असं वाटत होतं," एकदा स्वामीग्ली मला म्हणाले. आम्ही हॉलबाहेरच्या हिरवळीवर होतो. तिथे एक समारंभ सुरू होता.

तो १९९७ सालचा नाताळ होता. विद्यार्थी ईशस्तोत्रे म्हणत होते. नाटिका सादर करत होते. त्यांना मंचावर पाहताना मला आठवणींच्या प्रदेशात सफर करायला वेळ मिळाला.

फार जुनी गोष्ट नव्हती. कॉलेजमध्ये असताना मी दिल्लीच्या रुचिका थिएटर ग्रूपसोबत माझं दुसरं नाटक करत होते. आय. एस. जोहर लिखित 'भुट्टो' या त्या वादग्रस्त नाटकात मी तरुण बेनझीर भुट्टोंची भूमिका करत होते. या नाटकावर पहिल्याच दिवशी बंदी आली. आम्ही पडदा उघडण्याची वाट बघत विंगेमध्ये उभे होतो... तितक्यात ती बातमी आली.

पण आज मी पडद्यामागे होते... माझ्या मर्जीनं... मी ख्रिसमस ट्रीच्या सजावटीत मदत केली होती.

हिरवळीच्या काठाला उंच उंच पाइन वृक्षांची रांग होती आणि तिथूनच गंगा वाहत होती... अशा वातावरणात स्वामीग्लींची टोकदार नजर माझा वेध घेत होती... जणू त्यांना माझ्या डोळ्यांत काहीतरी वाचायचं असावं. मला काहीतरी सादर करताना पाहण्याची त्यांची आतुरता स्पष्ट दिसत होती.

का? मला मंचावर येण्याबद्दल पैसे मिळणार होते का? आम्ही परदेशात बॉलिवूड स्टेजशोज करायचो तसं? 'आध्यात्मिक' मानधन? हं... ते काय असेल बरं? मजा आहे... मी माझ्याच विनोदावर हसले. मी ते बोलण्याचा मोह आवरला, कारण आश्रमप्रमुखांना त्यातली गंमत कळणार नाही असं मला वाटलं. असं अगदी हुशार पत्रकारांच्या बाबतीतसुद्धा घडलं होतं. एका ठरावीक मर्यादेनंतर चुकीची

अवतरणं गंमत किंवा विनोद या पातळीवर उरत नाहीत. मी अशा खोचक गोष्टींच्या भयंकर परिणामांच्या भोवऱ्यात अजूनही गरगरत होते.

एखाद्या लहान मुलानं आईचा पदर ओढत भुणभुण करावी तसं त्यांचं चाललं होतं; ते माझ्यामागून सगळीकडे फिरत होते... आणि तेसुद्धा, मी शूटिंगच्या वेळापत्रकापासून दूर... पुरुषांच्या नकोशा नजरेपासून दूर... इथे सुटकेचा आनंद अनुभवत असताना...

स्वामीग्लींचा उद्देश फक्त औत्सुक्य एवढाच आहे? एक 'ग्लॅम क्वीन' 'ग्लॅम बिझ' का सोडून आली आहे, हे त्यांना जाणून घ्यायचं आहे? का, ते माझ्याकडे आकर्षित झाले आहेत? ते पुरुष-देहात वास करतात... या पृथ्वीतलावर जन्मलेलं कुणीही– मग ती व्यक्ती कितीही साक्षात्कारी असली तरी– परमेश्वर नाही. शिवाय, स्वामीग्लींनी काही त्यांच्या दंडावर 'टॅग' लावलेला नाही की, "चेक मी आउट. मी साक्षात्कारी आत्मा आहे.''

"मी मंचावर खूपदा गेले आहे... अगदी पुढे. सर्वांसमोर. आता, संधी मिळाली आहे, तेव्हा मला दर्शक व्हायचं आहे. फक्त दर्शक. मला मंचावर सहभाग घ्यायचा नाहीये.''

मी तिथून निघाले... शेजारून वाहणाऱ्या गंगेच्या ओघवत्या प्रवाहापेक्षाही जलद वेगानं.

त्यांचे माझ्यापेक्षा लांब असलेले तरुण यौगिक पाय माझ्यापेक्षाही जलद होते. ते मला पार करून पुढे आले. आमच्यात अवघं एका पावलाचं अंतर असताना, अचानक चपळाईनं मागे वळून ते माझ्या समोर उभे ठाकले... माझी वाट अडवून. सुपरयोगी व्यक्तीचा देह ज्या पद्धतीनं वळतो ते पाहून मला फार विशेष वाटलं. मी आजवर कुणाला असं इतक्या सहजतेनं वळताना पाहिलं नव्हतं.

व्वा! योग! अचानक माझ्यात स्फूर्ती संचारली. ग्लॅमरच्या जगतात असताना माझा जो भ्रमनिरास झाला होता, त्यापेक्षा हे खूप वेगळं होतं. त्या जगात असं काही घडतच नव्हतं की, रोज सकाळी मी बिछान्यातून टुणकन उठून शूटिंगला पळावं.

ते माझ्या जवळ आले होते... अगदी जवळ. पण त्यांच्या काळ्या लोकरी जाकिटाच्या लाल बटणांचा, माझ्या शुभ्र पश्मिना शालीवर विणलेल्या गुलाबी पीचेसना स्पर्श होत नव्हता. लक्षणीय विवेकदृष्टी... ते माझ्या समीप आले होते... माझी वाट अडवून उभे होते, तरी त्यांनी आमच्यात योग्य अंतर राखलं होतं. मला ही गोष्ट आवडली. सजगता.

त्यांची नजर माझ्यावर खिळली होती... मेणबत्तीच्या ज्योतीतल्या एका बिंदूवर. नुकतंच आम्ही 'त्राटक' शिकलो होतो ती साधना. त्राटक... आतमध्ये लक्ष एकाग्र करायचं. त्यांचा श्वास रोखला होता.

त्यांचा प्रश्न माझ्या दिशेनं बाणासारखा आला :

"तू कोण आहेस?"

या निरर्थक प्रश्नानं माझ्यात घंटा वाजू लागल्या.

"लोक मला जे समजतात ते मी नाही."

मी टेकडीच्या माथ्यावर उभा असलेला पुरातन वृक्ष आहे... ज्याची पानं वाऱ्याला प्रतिसाद देत फडफडतात, पण मी माझा गड्डा ठाम रोवून उभा राहतो... भक्कम; तो वाऱ्याच्या स्पर्शानं सुखावतो, पण त्याच्यासोबत हेलकावत जात नाही.

एव्हाना तीन महिन्यांहून अधिक काळ सरला होता. त्यांच्या अकस्मात समोर उभं ठाकण्यामुळे माझी वाट अडवली गेली होती. त्यांचे विचित्र प्रयत्न काहीसे वेडगळपणाचे होत होते, ही गोष्ट त्यांच्या अजूनही लक्षात येत नव्हती. इतक्या लोकप्रिय संन्यासी माणसाची उपेक्षा करणं हा माझा कधीच उद्देश नव्हता; पण सतत लोकांच्या नजरेचा विळखा असलेल्या सार्वजनिक व्यक्तिमत्त्वाला एकटेपणाचं महत्त्व होतं.

आता प्रश्न विचारण्याची पाळी माझी होती.

"तुम्ही कोण आहात?"

बहुधा माझा हा प्रश्न अनादरयुक्त आणि गुरुजींना नवा असावा. मी आता अतिशय वाईट परिणामाला तोंड द्यायची तयारी करत होते. माझा हा प्रश्न ते अनादरयुक्त समजणार नाहीत अशी मला आशा होती. माझा तसा उद्देश अजिबात नव्हता.

'मनुष्यप्राणी.'

त्यांच्या पुरुषी स्वरातला बायकी थंडपणा आश्चर्यकारक होता. मला त्यांचा सौम्य, आक्रमकतेचा लवलेशही नसलेला स्वर भावला. त्यांनी किती साधेपणानं उत्तर दिलं होतं! मी प्रभावित झाले होते. त्यांचा देह पूर्णत: विश्रब्ध होता आणि निश्चल. पुरुषार्थ सिद्ध करण्यासाठी स्नायू वाकवणाऱ्या 'माचो मॅन'पेक्षा हे खूपच वेगळं होतं. मी पूर्णत: नव्या प्रांतात पोहोचले आहे याची मला ठळकपणे जाणीव झाली होती.

आमचा संवाद मूकपणे सुरू होता. आम्ही एकमेकांच्या अस्तित्वात चिंब भिजत होतो... आम्हाला सखोल ज्ञानाचा वारा स्पर्शून जात होता. अनाकलनीय प्रदेशातील रहस्ये जाणून घेणं हा नवा अनुभव होता. आता शब्दांत, भाषेत, संवादात... बोलण्यासारखं काही उरलंच नव्हतं.

काल... कालातीत... उरलंच नव्हतं.

जागृती... मी जे शोधत होते, ते अखेर मला गवसलं होतं का? योगाच्या साध्या साधनेत, इंद्रियांवर ताबा मिळवलेल्या गुरूसोबत.... मी त्यांना काही दाखवू शकत होते... मी त्यांच्याकडून काही शिकणार होते?

अनू ते ॲना

१९९८ साल सुरू झालं होतं. जानेवारीच्या थंडीतली एक सायंकाळ होती. मी दहा दिवसांच्या तापातून नुकतीच बरी होत होते. स्वामीग्ली 'हाउस ऑफ शक्ती' या मुलींच्या निवासस्थानी निरोप पाठवून दररोज माझ्या तब्येतीची विचारपूस करत होते. ते मोठं छान वाटत होतं. पण मी त्यांना किंवा इतर कुणाला एक गोष्ट सांगू शकत नव्हते की, 'सुपरयोगी' स्थानापर्यंत घाईगडबडीनं पोहोचण्याच्या नादात मी अतिच केलं होतं. थंडीच्या कडाक्यात, धुक्याची चादर ओढलेल्या सकाळच्या वातावरणात मी गच्चीवर जाऊन १०२ सूर्यनमस्कार घातले होते. (मला बडे स्वामीग्लींकडून ती प्रेरणा मिळाली होती. रोज सकाळी ते इतके सूर्यनमस्कार घालायचे असं मी ऐकलं होतं.)

मला माझ्या बेरीच्या झाडाची आठवण होत होती... त्या 'बाळा'ची मी काळजी घेत होते... कुणी त्याला पाणी तरी घातलं असेल का, माझ्या मनात आलं. मी माझं बेरीचं झाड समाधीला दाखवत होते. समाधी स्पेनहून आली होती. या तरुण मॉडलनं नुकताच संन्यास घेतला होता. मी झाडाच्या वळणदार खोडाला थोपटत, तिला हे झाड किती विलक्षण आहे ते दाखवत होते.

''आनंदप्रिया.''

आणि तेवढ्यात मागून पुरुषी स्वर कानावर पडला. आध्यात्मिक नाव वाटतंय. मला हाक मारली का?

''मी तुला या विलक्षण नावाने हाक मारली तर तुझी काही हरकत नसेल, असं समजतो. तुझ्या नव्या नावाने, ज्या नावाने तू जन्मलीस त्या नावाने.''

ज्या नावाने जन्मले?... मी चमकले. मला त्यांना नकार घ्यायचा होता. पण

मग वाटलं की, एका ऑस्ट्रेलियन संन्याशाच्या मुखातून ऐकलेलं काय विलक्षण नाव आहे हे! तुमचं मूलभूत गुणवैशिष्ट्य व्यक्त करणारं.

माझ्या तोंडून आपोआप शब्द उमटले,

''माझ्यासारख्या विलक्षण मुलीसाठी विलक्षण नाव.''

बहुधा जे नाव मी वयाच्या अवघ्या चौथ्या वर्षी घेतलं होतं, ते नाव बदलणं निरर्थक वाटत होतं. मला शाळेत दाखल करताना माझं नाव विचारल्यावर, माँनं 'अनूजा' (अनुरागची लहान बहीण म्हणून अनूजा... माँचा विचार होता) असं सांगण्याआधीच मी सांगितलं होतं– 'अनू'. माँ आणि डोळे विस्फारलेल्या प्राचार्यांनी वडीलधाऱ्या पद्धतीनं मला दटावून पाहिलं, पण मी अजिबात बधले नव्हते आणि माझं नाव झालं 'अनू'.

समाधी विस्मयानं पाहत होती. तिच्या विस्फारलेल्या डोळ्यांत आश्चर्य मावत नव्हतं.

''वॉव! गुरुजींनी तुला नाव दिलंय? तू न मागताच? असं सहसा घडत नाही.''

पण मला हे नंतर कळणार होतं की, 'गुरुचरणी नतमस्तक व्हा आणि मुक्ती मिळवा' हा आध्यात्मिक क्षेत्रात यशाचा फॉर्म्युला होता. पण ते माझे गुरू आहेत हे मी जाहीर केलं नसल्यामुळे त्यांनी मला आध्यात्मिक नाव देणं, हे जरा चमत्कारिक वाटलं. आध्यात्मिक नावं लोक जेव्हा मागतात तेव्हाच दिली जातात, ही गोष्ट तोपर्यंत मला माहीतच नव्हती. मी कधी कुणाकडे नाव मागितलं नव्हतं. शेक्सपिअरनं म्हटलंच आहे तसं... नावात काय आहे?

माझं आध्यात्मिक नाव :

आनंदप्रिया = शाश्वत आनंदप्रेमी. शाश्वत सुख आवडणारी. अथवा त्याची प्रेमिका. अथवा दोन्ही.

अनू ते ॲना... या नावाशी माझे बंध किती सखोल गुंफले जाणार होते ते मला माहीत नव्हतं. पुढे आयुष्यात काळ्याकुट्ट काळात... जेव्हा माझं मूळ नावसुद्धा मी विसरणार होते तेव्हा... 'आयुष्य २' मध्ये मला हेच नाव आठवणार होतं.

੭੩

परिवर्तनाचे तीन महिने सरले. मी योगाश्रमात व्यतीत केलेला काळ आरोग्यकारक आणि समृद्ध होता. योगानं मला माझ्या देहातील समृद्धीचा शोध घ्यायला लावला होता. मी तिथे अगदी स्वर्गीय... कधीही अनूभवली नसेल इतकी परमोच्च आनंदावस्था अनूभवत होते.

११ जानेवारी, १९९८. माझा वाढदिवस. त्या दिवशी माझ्यासाठी सर्वांत

मोठं सरप्राइझ वाढून ठेवलं होतं.

''अनू, तुला भेटायला कुणीतरी आलं आहे.''

'द हाउस ऑफ शक्ती'ची निवास-व्यवस्थापिका (आम्ही तिचं नाव 'स्वामी कडवटयोगी' ठेवलं होतं, का ते तुम्हाला कळेलच) तिचा दिवस अगदी वाईट उगवला असल्यासारखी दिसत होती... अ बॅड संन्यासी डे. मुंबईत असताना मी पार्टीला जायचे तेव्हा दरवेळी जळक्या बायकांचे घाणेरडे फूत्कार जाणवायचे, तसंच हिच्याही बाबतीत जाणवायचं. मला तिला सांगायचं होतं की, मला बुद्धांनी 'लेट गो' म्हणजेच सोडून द्यायला शिकवलं आहे; पण मी तिच्याकडे पाहून हसले की तिच्या डोळ्यांत 'साले, चालती हो' असे भाव दिसायचे. म्हणजे, सर्वसंगपरित्याग करणाऱ्या लोकांनाही अशा प्रकारच्या भावना असतात तर!

कालच, स्पेनहून आलेल्या योगविद्यार्थिनीला– ज्युलियाला– या स्वामी 'कडवटयोगी'ने झापताना मी ऐकलं होतं.

''जरा टकटक कमी करशील का, तुझ्या या सँडल्सच्या आवाजानं 'द हाउस ऑफ शक्ती' खाली येईल. तू योगी बनण्याचं प्रशिक्षण घेत आहेस हे लक्षात ठेव. लक्ष केंद्रित कर आणि मौन पाळ, शांतपणे चालत जा.''

ज्युलिया बोगोटामध्ये मॉडल होती. बडे स्वामीग्लींनी सामान्य गृहस्थधर्मी लोकांच्या जीवनात यौगिक जागृती घडवण्याचं कार्य केलं होतं. त्यांनी १९७१ मध्ये ज्युलियाच्या आईवडिलांना संन्यास दिला होता.

मी अधीरपणे जिना उतरू लागले... कोण आलं असेल मला भेटायला याचा विचार करत. शुभ्र फुलांनी बहरलेल्या तजेलदार ऱ्होडोडेन्ड्रनच्या सुगंधी झाडांजवळ एक उंच, दणकट बांध्याचा संन्यासी उभा होता... स्वामी योगऋषी. ते आमचे योगासन/प्राणायाम शिक्षक होते. त्यांच्या चेहऱ्यावर सदैव स्मित असे– त्यांच्या डोक्यात एखादा खासगी विनोद असल्यासारखे.

''स्वामीजींनी तुला बोलावलं आहे.''

त्यांच्याकडून पुन्हा बोलावणं? ते असं कुणाला बोलावत नसत. माझ्या लक्षात आलं की, त्यांचे मला निरोप वाढले आहेत... जवळजवळ रोजच ते बोलावणं पाठवतात. आणि त्यामुळे इतर संन्यासीजनांमध्ये, त्यातसुद्धा बायकांमध्ये, कुतूहलयुक्त मत्सर निर्माण होत होता. या बायका त्यांचं लक्ष वेधून घेण्याचा प्रयत्न करत होत्या, पण त्यांना कधी ते साध्य झालेलं दिसत नव्हतं. उदाहरणार्थ, उंच देहयष्टीच्या पोलिश 'स्वामी कडवटयोगी'ला.

आपल्या उदरात अनेक गुप्त इंद्रधनुष्य लपवलेल्या आश्वासक आभाळाखाली मी आणि स्वामी योगऋषी चालत निघालो. योगासाठी आवश्यक असलेली जीवनशैली मला आवडू लागली होती. आश्रमप्रमुखांच्या कुटीराच्या दिशेने जाताना

दुतर्फा सूर्यफूल कुटुंबातली पिवळ्या व गुलाबी रंगाची शोभिवंत जरबेराची फुलं लालचुटुक गुलाबांशेजारी हसत होती. मी पहिल्यांदाच आमच्या एका शिक्षकासमवेत चालत निघाले होते. तिथे विद्यार्थी आणि शिक्षक यांच्यामधल्या संवादाला, त्यातसुद्धा भिन्नलिंगी व्यक्तींच्या संवादाला पोषक वातावरण नव्हतं.

स्वामीग्लींनी त्यांना– एका पुरुष स्वामीला आणि तेसुद्धा सुपरमॉडेल प्रकारातल्या– मला आणायला पाठवणं हे 'आउट ऑफ द योगी बॉक्स' होतं.

''आज जागतिक हास्यदिन आहे.''

स्वामी योगऋषींनी खोल श्वास घेतला... अगदी बेंबीच्या देठापर्यंत.... आणि तो पूर्ण शक्तीनं बाहेर सोडला... आणि एक अंत:करणापासूनची आरोळी दऱ्याखोऱ्यांत निनादत राहिली. हिवाळ्याचे दिवस होते. थंडी प्रचंड होती त्यामुळे आम्ही शाली, टोप्या, कानटोप्या, जाकिटं, स्वेटर, मफलर आणि इनर्स असं सगळं घालून होतो. त्या हास्यात पहाडी आयुष्याची व श्वासोच्छ्वासाची शुद्धता होती.

मीही सातमजली हसले.

कुटीरामध्ये प्रवेश करताच आम्ही हसणं आवरतं घेतलं. तिथे स्वामी जमिनीवर बसले होते. हवनकुंडात धगधगणाऱ्या अग्नीचं प्रतिबिंब त्यांच्या अनावृत्त चेहऱ्यावर व छातीवर पडलं होतं. लालकेशरी ज्वाळा आणि धूर...

तो दिवस स्वामीग्लींसाठी सर्वांत खास दिवस होता, हे मला तिथे जाताना माहीत नव्हतं. त्या दिवशी त्यांचा 'जन्मदिन' होता... त्यांनी संन्यास घेतला तो दिवस... त्यांना नवा जन्म मिळाला तो दिवस आणि त्याच दिवशी मीही या पृथ्वीवर जन्माला आले होते.

आमच्यात काहीतरी दृढ बंध होते, यात शंकाच नव्हती.

मग स्वामी योगऋषी शांतपणे निघून गेले, कसलंही औपचारिक 'बाय' किंवा 'पुन्हा भेटू' वगैरेंचं आदानप्रदान न होता. मी ऊर्जा जपून ठेवायला शिकत होते. शहरी गजबजाटाकडे नव्या दृष्टीनं पाहू लागले होते.

स्वामीग्ली काही संस्कृत मंत्रपठण करत होते. त्यांचा प्रशस्त दिवाणखाना तेजानं उजळून निघाला होता. ते बकऱ्याच्या कातड्याच्या आसनावर ऐटीत विराजमान होऊन, जंगलातल्या काही दुर्मिळ वनौषधी हळुवारपणे अग्नीत टाकत होते. बाहेरच्या बाजूला त्यांचा कुत्रा ते हुंगून गाढ झोपला होता. शुद्धतेच्या गंधानं बेहोश होऊन.

त्यानंतर, स्वामीग्लींनी मला त्यांच्या शयनगृहात नेलं. तिथे फोर-पोस्टर सिंगल बेडजवळ त्यांनी मला शेफर पेन भेट दिलं. (स्वामीजींकडून मिळालेल्या सगळ्या गोष्टींना 'प्रसाद' म्हणतात.) हे पेन माझं आवडतं आहे, हे त्यांना कसं कळलं?

आमच्यात काहीही संभाषण झालं नाही. तो संपूर्ण प्रसंग मंगलमय होता. त्यामध्ये भक्तिमय विषयासक्तीची लहर होती. मी त्यांच्या पूज्य देवतेची जणू प्रतिमा होते. मग त्यांनी अतिशय सुंदर कलाकुसर केलेली हिरव्यांकंच पाचूच्या रंगाची शाल काढली आणि ती माझ्या खांद्यांभोवती लपेटली... ते जणू अर्पण करत होते. ते अगदी शरणभावानं करत होते... तंत्रामध्ये माणसानं त्याच्या तांत्रिक भागीदाराला– देवीला– शरण गेलं पाहिजे. त्यांच्या निश्चल हातांचा माझ्या पाठीला आणि मानेला स्पर्श होण्याच्या बेतात होता. मुंडण केलेलं डोकं, काळी आखूड लुंगी, सडपातळ दंड आणि गोल गरगरीत सावळ्या चेहऱ्याच्या आत सुपरयोगी असूनही मला हवा असलेला पुरुष होता का?

तो खास क्षण होता. त्यांच्या मंत्रमुग्ध करणाऱ्या नजरेत आमच्या जन्मतारखा एकच असण्याच्या कारणापेक्षा, आत्मीयता अधिक होती. आमचे डोळे परस्परात मिसळून गेले... आम्ही पापणीही न पाडता तसेच उभे होतो. त्यांच्या हलक्या तपकिरी रंगाच्या डोळ्यांत कुटीरामधील शांतता भरून राहिली होती. मी एका जादुई अवकाशात उडत होते. आमच्या मागच्या बाजूला हवनकुंडातील अग्नी सगळं भस्मसात करून शांत झाला होता. त्याचंच गंध त्यांनी माझ्या कपाळावर लावलं आणि मी तिथून बाहेर पडले. माझ्या मनात याआधी कधीही न अनुभवलेली शांतता भरून राहिली होती. या भावनेपुढे कामेच्छा मागे पडली होती.

৪৩

आणि त्यानंतर आम्हाला 'समाधी हॉल'मध्ये बोलावण्यात आलं. एरवी कधी या वेळेला आम्ही तिथे जात नसू. सामान्यत: आम्ही रोज संध्याकाळी सहा वाजता तिथे जात असू. ती दिवसातली शेवटची सभा असे. त्या वेळी उपनिषदे वा गीतेवर प्रवचन किंवा कीर्तन असे किंवा दोन्हीही असे. ते उंच मंचावर बसले होते. त्यांच्यामागे पखवाज, सतार, डमरू, तबला, संवादिनी अशी वाद्ये होती. त्यांचा मुकुट ताज्या लिलींनी सजवला होता आणि आजूबाजूला एकाच आकाराच्या मेणबत्त्यांची रांग उजळली होती.

माझ्या पहिल्यावहिल्या योगी वाढदिवशी स्वामीजींनी फ्रॉस्टेड बिनअंड्याचा केक आणला होता. हे मी स्वाभाविक मानवी अवस्थेच्या संवेदनाहीनतेतून दूर झाल्याचं द्योतक म्हणायचं की काय? विश्वाची रहस्ये जाणून घेण्यासाठी मी कवाडं उघडली आहेत असा अर्थ होता की काय?

त्यांनी माझं नाव पुकारलं. हा सुखद धक्का होता.

मी जराही हिसका किंवा आखडलेपणा न जाणवता उठले. त्या दिवशी सकाळी आसने करताना माझं नाक गुडघ्याला लागलं होतं ते मला आठवलं. एका

मॉडलचा देह विलक्षण लवचीक व हलका झाला होता. मी त्यांच्या दिशेनं गेले. आजूबाजूला नीरव शांतता होती. तिथल्या संगमरवरी जमिनीवर १२०० संन्यासी, योगी व भावी योगी बसले होते. त्यांनी सर्वांनी मान उंचावून पाहिलं. मी स्वामीग्ली जिथं बसले होते, त्या मंचाच्या दिशेनं जात असताना सगळ्या नजरा माझ्यावर खिळल्या होत्या. इतक्या अंतरावरूनही स्वामीग्लींची नजर माझ्या आरपार जात होती.

तिथली व्यवस्थापिका– स्वामी उद्विग्नयोगीच्या– आत्मसन्मानाला धक्का पोहोचला होता. तिच्या पोटातलं नाराजीचं कडवट पित्त उसळून घशाशी आलं होतं. आता अनूला गायब करण्यासाठी काहीतरी कट रचणं भाग होतं.

आश्रमप्रमुखांचा वाढदिवस म्हणजे सणच होता... त्या दिवशी छानसं भोजन होतं. विद्यार्थी व संन्याशांनी कीर्तन केलं, नाटिका सादर केल्या. पण या सगळ्या उत्सवी वातावरणात माझ्या लक्षातच आलं नाही की, हा अनपेक्षित मौजमजेचा उत्सवी दिवस माझ्या योगाश्रमातून गच्छंतीच्या दिवसावर शिक्कामोर्तब करणार आहे.

ॐ

माझ्या आयुष्यातील सर्वोत्तम वाढदिवस, या आयुष्यातील शेवटचाच ठरणार होता.

सहा महिने उलटले. १९९८ सालचा मार्च महिना होता. बेरीचं झाड पिकलेल्या बेरींनी लगडलेलं होतं... श्रीमंतीनं बहरलं होतं. संपूर्ण कॉबल-स्टोन्ड मार्गावर सगळीकडे इवल्या इवल्या बेरी अंथरल्या होत्या... झाडावरून ओघळून पडलेल्या.

एखाद्या झाडाचा सांभाळ करणं म्हणजे आपल्या मुळांशी पुन्हा जोडलं जाण्यासारखं होतं... त्यात आपण निसर्गाच्या सर्वाधिक समीप जातो.

कालच मला स्वामीग्लींनी अस्तित्वात वाढणाऱ्या प्रत्येक जीवनवृक्षाबद्दल सांगितलं होतं आणि त्याचं खोड, फांद्या, पानं आणि फुलं कशी वाढतात, बहरतात, आकार धारण करतात, गंधानं घमघमतात... त्याची आपल्याला जाणीव असायला हवी हेही सांगितलं होतं. जीवनवृक्ष... त्यातून आम्ही लहान बाळासारखे, चाचपडत मार्ग शोधत होतो... हाऊ इंटरेस्टिंग! मला गंमत वाटत होती.

बेरीच्या झाडाला नटवणं, गोंजारणं, त्याचं कोडकौतुक करणं यासाठी मला संध्याकाळी पावणेपाच ते पाच हा वेळ दिलेला होता. स्वामीग्ली सगळं वेळापत्रक आखून देतात. ते वेळा ठरवून देतात. कुणी कुठे काम करायचं ते त्यांनी ठरवून दिलेलं होतं. मला सांभाळायला एक झाड दिलेलं होतं, हे माझं भाग्यच होतं; कारण असं स्वतंत्र झाड मिळालेली मी एकमात्र विद्यार्थिनी होते. हा आमच्या अभ्यासक्रमाचा भाग नव्हता. फक्त स्वामींनाच अशी स्वतःची झाडं दिली जात असत. माझ्या झाडाच्या मागच्या बाजूचं पाइनचं झाड स्वामी त्रिपुरांना मिळालं होतं. माझ्या झाडाच्या एका बाजूला स्वामी कडवटयोगीचं लिंबाचं झाड होतं. मी

तिच्याजवळून जाताना प्रत्येक वेळी तिच्या चेहऱ्यावर आंबटढोण लिंबाचे तिरस्कारयुक्त भाव असत. मी तिच्याकडे पाहून स्मित केलं तरी ते तिला कधीही आवडत नसावं, उलट माझ्या आनंदी वृत्तीमुळे तिच्या दुर्मुखतेत अधिकच भर पडत असे.

एके दिवशी स्वामीग्ली माझ्या झाडाजवळून जात असताना, मी तिला झुडपामागे लपून ते पाहताना पकडलं होतं. स्वामीग्ली तिथे थांबले आणि त्यांची नजर माझ्यावर रेंगाळली ही गोष्ट त्या बयेला फारशी आवडलेली दिसत नव्हती.

दुसऱ्या दिवशी संध्याकाळी ते माझ्या बेरीच्या झाडाजवळून जात होते. त्यानंतर ते त्यांच्या कुटीर उद्यानात जाऊन शंखनाद करणार होते. तितक्यात मी त्यांना छान पिकलेली एक बेरी खायला दिली.

''मला बेरी आवडत नाहीत,'' ते रुक्षपणे म्हणाले.

किती अ-यौगिक स्वामीग्ली! सुपरयोगी आवडीनिवडीपलीकडे असतो.

''आपल्याला आवडत नाही असं तुम्हाला वाटतं, म्हणून तुम्हाला आवडत नाही,'' अशी मी तत्काळ प्रतिक्रिया दिली आणि चालू लागले.

सहा महिने योगाभ्यास केल्यानंतर, मी सुपरस्वामी आणि तत्सम मंडळींना 'ऐकवण्यास' व त्यांना अधिकारवाणीने सांगण्यास 'तयार' झाले होते.

आमचा अभ्यासक्रम संपल्यावर मला प्रतिलेखन विभागात पाठवलं होतं. तिथे मी बडे स्वामीग्लींच्या जगभरातील सत्संगांच्या ध्वनिफिती ऐकल्या. ते ज्ञान मौल्यवान होतं आणि त्याचा आवाका अपरिमित असल्यामुळे मी काही वैयक्तिक टिपणंही काढली. योगानं मला बदलून टाकलं होतं.

उत्तराखंडामधील प्रदूषणमुक्त, मनोहर जांभळ्या-गुलाबी आकाशात मी चुंबनांची फुलं उधळली... माझं कुटुंब, मित्रपरिवार आणि माझ्या सर्व चाहत्यांचे आभार मानले.

आमचे योगपरीक्षेचे निकाल जाहीर झाले, तेव्हा स्वामीग्लींनी मला मंचावर बोलावलं. प्रमाणपत्र प्रदान करताना, त्यांनी ६० टक्क्यांच्या वर मार्क्स मिळवणाऱ्या सर्व ए प्लस ग्रेडच्या विद्यार्थ्यांना सोबत चॉकलेटही दिलं... आणि हो! त्या खास दहा विद्यार्थ्यांत मीही होते.

स्वामीग्ली मंचावर चटईवर बसले होते, ते पुढे झुकले आणि श्वास रोखून माझ्या कानात कुजबुजले,

''वेल डन. अभिनंदन!''

੭੩

''तू संन्यास घ्यायला हवास.''

स्वामीग्लींच्या गुरूंचा आश्रम स्त्रियांना संन्यास देणारा एक अग्रणी आश्रम

होता. या गोष्टीचा स्वामीग्ली तोरा मिरवायचे. बडेगुरूंनी स्त्रियांना संन्यास घेण्यायोग्य मानलं होतं. तो काळ होता १९६०च्या दशकातला. त्या वेळी इतर बहुतांश आध्यात्मिक गुरुकुलांनी महिलांना उच्च ज्ञानसाधक बनण्यास, संन्यास घेण्यास मनाई केली होती.

मी बडे स्वामीग्लींचं एका सत्संगातील प्रवचन ऐकलं होतं. त्यात त्यांनी नर्म विनोदी शैलीत हा मुद्दा सांगितला होता :

'स्त्रिया आपल्या माता आहेत. तुमचे वडील कोण हे तुम्हाला कळतं ते फक्त तुमची आई ते ठामपणे सांगते म्हणून; खरा पिता कोण हे फक्त स्त्री/आईलाच माहीत असतं.'

त्यांच्या सत्संगात पहिल्या दोन रांगा नेहमी स्त्रियांसाठी राखीव असत, त्यांचा आदर केला जात असे.

स्वामीग्लींना एका चित्रपट अभिनेत्रीच्या योगी-वृत्तीमध्ये परित्याग दिसत होता. तिच्या साध्या-सुटसुटीत योग वस्त्रांतसुद्धा तिची स्टाइल झळकत होती. स्टाइल योगी.

'माझ्या आयुष्यातील पुरुष'

त्यांचा निरोप आला तेव्हा मला मुळीच आश्चर्य वाटलं नाही. गेल्या काही महिन्यांत ते एकदाही माझ्यापर्यंत पोहोचू शकले नव्हते, याचं त्यांना आश्चर्य वाटत असणार... मी काही जागा शोधल्या होत्या... मी झुडपांमागे अशी जागा शोधून बसायचे, जिथं सहजासहजी कुणी मला शोधू शकणार नाही. जिथं बसून मी निसर्गातील अदृश्य शक्तींशी संपर्क करू शकेन.

त्यांच्या ऑफिसमध्ये लाल कफनीतले काही पुरुष बसले होते. स्वामीग्लींनी माझ्याकडे चोरटा कटाक्ष टाकला आणि मला खुर्चीवर बसण्याची खूण केली.

मी बसले... पुन्हा एकदा गंगा नदीच्या निश्चल पात्रासमोर. किती रोमांचक होतं ते! आमच्या योगवर्गातील कुणाही विद्यार्थ्यानं कधी गंगेत बुडी मारायची कल्पना मांडली नव्हती, ही गोष्ट माझ्या लक्षात आली. गंगा नदी प्रक्रिया न करता सोडलेल्या सांडपाण्यामुळे आणि चामड्याच्या कारखान्यातील कचऱ्यामुळे प्रदूषित होते, अशा अनेक गोष्टी आपण शहरात ऐकत असतो; पण ठरावीक अंतरावरून नदी दगडी पाटीसारखी स्वच्छ दिसत होती.

गी स्वामीग्लींना पहिल्यांदा भेटले होते, तेव्हाही मी याच खुर्चीवर बसले होते. आपण योगाश्रमात किती आरामात आहोत... माझ्या लक्षात आलं. मोठ्या शहराला ज्याची जाणीवही नसते, असा विलक्षण साधेपणा इथे होता. आणि खरंच हे कुठलंतरी सत्कर्मच होतं, त्यामुळे मला अपयशी होऊन निघून जाण्यापासून रोखलं होतं. मी खरंच, योगाच्या प्रेमात पडले होते.

दोन उंच संन्यासी – ते इंग्लंडचे सॉफ्टवेअर इंजिनिअर्स होते. ते स्वामीग्लींना त्यांच्या कॉम्प्युटरच्या कामात मदत करायचे – बाहेर पडले होते. तिथे सर्व जण

कुजबुजत्या स्वरात बोलत असल्यामुळे आवाज अगदी कमीत कमी असायचा, त्यामुळे ते दोघं तिथे असतानासुद्धा मला त्यांचं बोलणं ऐकू आलं नव्हतं. ऊर्जा वाचवा, ती उधळून लावू नका. ध्वनिप्रदूषण कमी करा – मृदू स्वरात बोला.

"तुला तंत्राबद्दल काय माहीत आहे?"

आमच्या अभ्यासक्रमात आम्हाला 'तंत्र' हा पेपर होता.

"तंत्र हे सध्या अस्तित्वात असलेलं सर्वांत प्राचीन मानवी तत्त्वज्ञान अथवा शास्त्र आहे. 'तनोते त्रयते इति तंत्र आहे' अशी व्याख्या असलेलं तंत्र म्हणजे अशी गोष्ट आहे जी मानवी बंधनातून मुक्ती देते. तंत्र आत्म्याचे वैश्विक अस्तित्वाशी/ अनंताशी बंध गुंफते."

त्यांनी मान डोलावली. बाहेर र्‍होडोडेन्ड्रॉनच्या ताटव्यात चाललेला मधमाश्यांचा गुंजारव माझ्या कानावर आला. मी पहिल्यांदा इथे आले होते, तेव्हा त्यांच्या असं सहज प्रश्न करण्यानं जशी भांबावले होते, तसं आत्ता झालं नव्हतं. ते माझ्या आंतरिक अवकाशाचा शोध घेत होते. त्यांनी 'गुरुत्व' जरा जास्तच गांभीर्यानं घेतलं होतं. त्यांचे प्रश्न माझे पापुद्रे दूर करण्यासाठी होते– ते खोल खणत होते... माझ्या आतमध्ये... माझ्या इच्छाआकांक्षा, भीती, कल्पनाविलास, श्रद्धेय मते, भयगंड, निषिद्ध गोष्टी, जडासक्ती... मला सर्वसंगपरित्याग केलेल्या व्यक्तीकडून थेट, अनौपचारिक धडे मिळत होते हे माझं भाग्य होतं. तेही माझ्याकडून काहीतरी शिकत आहेत हे मला कळत होतं, पण ते नेमकं काय हे मात्र मला नक्की माहीत नव्हतं.

मी इथे आल्यापासून स्वामीग्ली मला नजरेआड होऊ द्यायला तयार नव्हते. शहरात असताना व्यक्तिगत लाभासाठी माझ्यामागे लागणारे अनेक जण होते, पण स्वामीग्लींचं तसं नव्हतं. मनुष्यप्राणी ज्या भ्रामक मायाजालात अडकलेला असतो, त्याची जाणीव देण्यासाठी आणि त्यामुळे आयुष्यात सर्वाधिक लाभ घेण्यास कसा मुकतो हे मला कळावं, यासाठी ते हे करत होते.

ते एखाद्या पुतळ्यासारखे निश्चल बसले होते. त्यांची नजर माझा आरपार वेध घेत होती. मी प्रश्न वाचला :

"माझ्या आयुष्यातील पुरुष?"

ते संकोचून हसले आणि त्यांनी मानेला मागच्या बाजूला हिसका दिला. ते भारावलेले दिसत होते. ते जो प्रश्न विचारायला बहुधा कचरत होते, तो प्रश्न मी ओळखला होता.

मी त्यांना निराश करू शकले नाही. ते आनंदप्रिया ही 'निर्भय' व्यक्ती मानत होते... 'विलक्षण प्रामाणिक... जो प्रामाणिकपणा त्यांना अतिशय भावला होता.'

– आय ॲम डन. ते प्रत्येक नातं अनर्थकारी होतं. माझ्या आयुष्यात विभिन्न

राष्ट्रीयत्वाचे पुरुष आले... श्वेतवर्णीयांपासून कांस्यवर्णीयांपर्यंत ते कृष्णवर्णीयांपर्यंत... त्यांच्यावर निरनिराळ्या धार्मिक संप्रदायांचे संस्कार होते; पण त्या सर्वांनी माझ्यावर आपापल्या पद्धतीनं प्रेम दर्शविलं.

मी लैंगिकतेच्या, विषयासक्तीच्या शोधात किंवा विरुद्धलिंगी व्यक्तींशी बंध जोडण्याचा एक प्रामाणिक प्रयत्न करत असताना कुठलीही गोष्ट अनूभवली नव्हती असं नाही... हे माझं सुदैव होतं.

पण स्वामीजी मला हे कशासाठी विचारत होते?

ते मला सेक्स ते प्रेम ते प्रार्थना ते ज्ञानातीत तत्त्वापर्यंत नेणार आहेत की काय...? निओ तंत्रात सांगितलं आहे तसं?

मी पुरुषांकडून निरनिराळ्या प्रसंगी हे कितीतरी वेळा ऐकलं होतं की, ''आपल्यामध्ये आठवड्याभरात जे काही घडलं, तितका मी याआधी कुणाच्याही जवळ आलो नव्हतो.''

पण मी वेगळ्याच वाऱ्यावर विहरत असायचे – मी ज्या पुरुषाशी 'डेट' करत असायचे, त्याच्याशी मला अशी 'जवळीक' कधीही वाटली नाही. मी कुठल्यातरी श्रेष्ठ ऊर्जेच्या प्रतीक्षेत असायचे, मग त्याला ईश्वर म्हणा किंवा आणखी काही... मी त्या शक्तीच्या 'जवळ' असायचे. ते माझं एकांतवासाचं स्थान असे... माझं अभयारण्य... माझ्या आतलं. पण माझ्या मनात यायचं, मग माझ्या आत कोण आहे... ईश्वर? माझा पूर्ण विकसित स्व?

मला खरंच त्याच्या समीप जायचं आहे... खरंच. आणि प्रत्येक गोष्ट, प्रत्येक कृती, माझ्यातून जाणारा प्रत्येक छोटा श्वासदेखील त्याच्याशी समर्पित असायलाच हवा... मुख्यत्वे.

दोन वर्षांपूर्वी, मी ग्लॅमर बिझनेस सोडला. त्या दरम्यान मी जगातील जवळपास सर्वच लोकांचं जे अहंकेंद्रित अस्तित्व असतं, त्याबद्दल प्रश्न करायला सुरुवात केली. खासकरून मीही ज्यात समाविष्ट होते त्या सिलेब्रिटींच्या बाबतीत.

त्यांच्या चेहऱ्यावरच्या फिकट स्मितात मला कौतुक दिसत असलं, तरी मला त्याचा नेमका व स्पष्ट अर्थ मात्र उलगडला नव्हता.

थोड्या थोड्या काळानं इतिहासाची पुनरावृत्ती होत राहते. काळ वेगळा, स्थान वेगळं... पुन्हा वेगळं प्रेमप्रकरण. प्रेमी बदलतो. बाकी काहीही नावीन्य नसतं.

माझ्या आयुष्यातील पुरुषांचा स्नॅपशॉट :

पिळदार देहयष्टीचा जॅझ संगीतकार, अॅंग्लो-इंडियन रिक- तो ड्रमवादक होता. त्यानं माझ्या काळजाचा ठोका विलक्षण द्रुतगतीवर नेला होता... रुचकर शाकाहारी भोजन आणि साधं पाणी यांच्या सोबतीत.

डॅनियल- अमेरिकी माणूस. मला न्यू यॉर्कमध्ये भेटला होता. हा जॉर्जिओ

अरमानीचा सुपरमॉडल. काही वर्षे पॅरिसमध्ये राहत होता. त्याची देहयष्टी विलक्षण पिळदार आणि घोटीव होती. त्याला आरोग्यदायी पाकसिद्धीची आवड होती– तो मला रोज सकाळी छान छान ऑम्लेट्स आणि ग्रीन टी घेऊन उठवायला यायचा; त्यानं त्याच्या शहराबाहेर राहणाऱ्या आजीशी माझी ओळख करून दिली, तेव्हा मला वैताग यायला सुरवात झाली. लग्नाच्या बेताची चाहूल लागली म्हणजे आता मागच्या दारानं सटकायची वेळ आली होती.

ख्रिस्तोफर वेलिंग– वॉल स्ट्रीटमधील अर्थव्यवस्था पाहणारा अत्यंत यशस्वी माणूस. श्री श्री रविशंकर यांचा अनुयायी, कशानंही कधी विचलित न होणारा.

अत्यंत व्यासंगी, विद्वान आणि बुद्धिजीवी प्रकारातील ऑस्ट्रेलियन जेविश जमीनदार हार्वे– माझ्या दुप्पट वयाचा, माझ्यापेक्षा उंचीनं कमी व तब्येतीनं बारीक. चांदीची आभूषणे घालणारा. या सोनेरी केसांच्या माणसाला जग्वार्स, कन्व्हर्टिबल कार्स यांचा जबरदस्त शौक होता आणि प्रणयाचा अगदी लहान मुलासारखा उत्साह.

लॉरेन्ट– फ्रेंच रेस्टॉरन्ट आणि आर्ट गॅलरीचा मालक, अतिशय खास फ्रेंच परफ्यूमच्या गंधानं दरवळणारा... त्याचे आणि माझे भावबंध फोन कॉल्स आणि उत्सुक प्रतीक्षेद्वारे गुंफले होते... खूप दूर अंतरावर राहून.

गॅरी ब्राऊन– हा लंडनमधील इंग्रजी वास्तुरचना फर्मचा मालक. त्यानं मला कोलंबियन आर्मी मार्च दाखवलं. शॉम्पेनच्या रिकाम्या बाटलीचे किती बहुविध सर्जनशील व आनंददायी उपयोग करता येऊ शकतात हेही दाखवलं.

टेक्सासचा पॅट्स– तो व्हेन्चर कॅपिटॅलिस्ट आणि हार्मोनिका वादक आहे. त्याचं मुख आणि जीभ इतकी मृदूमुलायम आहे!... शरीराच्या अगदी खासगी भागांवर फिरताना ती इतक्या दिशांना जाऊ शकेल, असं मला कधी वाटलंही नव्हतं.

पॅट्रिक– जर्मन अंतर्वस्त्र–निर्माता– कायम आधार देणारा, अत्यंत मनमोकळा. कायम पाठीशी राहणारा.

उंचापुरा आणि तरुण इराकी– एरी – मला लॉस एंजिल्समध्ये भेटला. तो अत्यंत उमदा होता, अत्यंत मधुरभाषी. त्यानं मला जेविश बायबल वाचून दाखवलं होतं.

इटलीच्या फियाट कार कंपनीतील 'टॉप' लोकांपैकी एक – रॉबर्टो– तो मला 'वाइन' किंवा 'डाइन'साठी रेस्टॉरन्टमध्ये घेऊन जायचा तेव्हा गिटारच्या साथीनं इटालियन प्रेमगीतं गायचा; तो स्त्रियांच्या श्रेष्ठत्वाबद्दलची, सौंदर्याबद्दलची गीतं म्हणायचा... रस्त्यावर किंवा टीजीव्ही ट्रेनमध्ये... सोबत गिटारचे सूर असायचे.

मला भेटलेल्यांपैकी सर्वात पैसेवाला माणूस म्हणजे नायजेरियाचा अब्दी– तो

जाडच्या जाड सोनसाखळी आणि त्यात चांगलं जाडजूड चोवीस कॅरट सोन्याचं पदक घालत असे. त्याच्या अंगावर उत्तरीत्या शिवलेले भडक रंगाचे शर्ट आणि त्याच रंगाच्या स्ट्रेट पॅन्ट असत. त्याची आम्ही दोघांनी सरळ ताठ उभे राहून सर्वांत स्वाभाविक लैंगिक कृती करण्यास पसंती असे.

... आणि असे आणखी...

मला त्यांच्या 'खिशात' रस नव्हता. माझी पुरुषांशी 'डेट' करण्याची इच्छा अज्ञातातून उसळते. मला त्वचेच्या आत, पेशींच्या खाली... उतींच्या आत... आत... आत... आंतरिक अवकाशापर्यंत जायचं असतं.

मला असं वाटत होतं की, या... खासकरून या माणसांच्या आतमध्ये प्रेममय हृदय धडधडतं आहे. त्यामुळे मला त्या माणसाचा विचार करावा अशी ऊर्मी उसळली. माझी ही समजूत चुकीची आहे हे सिद्ध होईपर्यंत मी त्या माणसासोबत राहिले; मग मी माझ्याच निरागस अपराधाबद्दल प्रश्न करू लागले. याची कधी कुठली अंतिम कालमर्यादा निश्चित केली नव्हती... पण कधीना कधी ते अखेर घडलंच.

आतमध्ये भिरभिरणारी फुलपाखरं अदृश्य झाली; किनाऱ्यावरून दूरवर दिसणाऱ्या नव्या क्षितिजाचा ताजेपणा आणि थरार ओसरला. मी ग्लॅमरच्या चमचमत्या आभाळात रॉकेटच्या वेगानं भराऱ्या घेत होते आणि तो... त्याला जमिनीवर पाय रोवून उभं राहणंही अवघड वाटत होतं. तो स्वामित्व भावनेनं अवस्थ होऊन बरळायचा, ''तू माझी आहेस... माझी... फक्त माझी.'' सोबत असायची गळणारी लाल, आक्रसून थरथरणारा चेहरा. त्याच्या बेजबाबदार वागण्यामुळेच मी दुसऱ्या पुरुषाकडे किंवा पुरुषांकडे आकर्षित झाले. जवळपास प्रत्येकच प्रेमीची घाणेरडी स्वामित्वभावना व मत्सर आणि त्यांची असुरक्षित भावना विंचवाच्या प्रेमळ पाठीवरच्या बाक काढून उभ्या असलेल्या विषारी नांगीसारखी असे.

आणि माझ्या दृष्टीनं त्यानंतर यायचं ते :

दुःख, निराशा, शीण. मला माझ्यावर विश्वास ठेवला जावा असं वाटायचं. मग कुठे चुकत गेलं?

आम्ही जेव्हा भेटायचो तेव्हा आमचं एकमेकांवाचून चालत नसे. आता आमचं एकमेकांशी पटू शकत नाही.

आम्ही जेव्हा भेटायचो तेव्हा एकमेकांच्या डोळ्यांत पाहताना हरवून जायचो. आता आम्ही एकमेकांच्या नजरेला नजर देत नाही.

शंका... गोंधळ... एकमेकांवर दोषारोप... असमाधान... अविश्वास... अनिश्चततेची भावना.

स्वामीग्लींच्या फिकट तपकिरी डोळ्यांतल्या शोधक प्रश्नचिन्हानं मला भानावर

आणलं. मी माझी स्मरणयात्रा आवरती घेत म्हणाले, "मी खूप वाईट काळ अनुभवला आहे. मी प्रेमाचा शोध घेत होते, पण मला अपयशाला तोंड द्यावं लागलं."

माझा मनमोकळेपणा त्यांना फार आवडल्याचं त्यांनी सांगितलं. हा गुण दुर्मिळ आहे... शुद्ध मन. तुमचं मन मुक्त करा... 'फ्री युवर माईंड' ही तंत्राची अभिधारणा असते हे मला माहीत होण्याआधीच मी ते अनुसरत होते.

୨

"आनंदप्रिया, तुझ्यात विलक्षण कामऊर्जा आहे आणि त्याहीपेक्षा खास गोष्ट म्हणजे तू मनमोकळी आहेस... खुल्या मनाची, तुझं क्षितिज विस्तीर्ण आहे, तू सगळ्या गोष्टींकडे समीक्षात्मक दृष्टीने पाहू शकतेस."

ते किंचितसे हसले. त्यांची नजर माझ्या नजरेत मिसळली होती.

"मी तुला नवीन असं काहीही सांगत नाहीये, पण तुला ऐकून आनंद होईल – ही कामऊर्जा तुझ्या आध्यात्मिक विकास व उन्नतीत अधिक व्यापक व तीव्रपणे प्रत्ययास येणाऱ्या अनुभूतीसाठी प्रेरक शक्ती म्हणून वापरता येऊ शकते."

ते गंभीरपणे बोलत होते. ते त्यांच्या पिंगट रंगाच्या सँडलचे पट्टे घट्ट करण्यासाठी खाली वाकले तेव्हा त्यांच्या डोक्याचा माथ्याकडचा भाग माझ्या डोळ्यांच्या रेषेत आला. मी त्यांना गेले काही महिने ओळखत होते. आता मला त्यांच्या शारीरिक हालचालींबद्दल शंका येणं थोडं कमी झालं होतं. ते अगदी सहजपणे गर्भातील बाळाची अवस्था धारण करू शकतील याची मला खात्री होती. ते माझ्यापेक्षा तीन इंच उंच होते– तेसुद्धा मी 'जिमी चू'चे हिल्स घातलेले नसताना. काही दिवसांपूर्वी आम्हाला उंच टाचांच्या पादत्राणातील पायाचं क्ष-किरण चित्र दाखवलं होतं– त्यामध्ये शरीराची बदललेली ढब आणि पायातील सांधे व जोडांवर येणारा ताण हे दृश्य अतिशय भयंकर होतं. म्हणजे... मी आता योगी झाल्यावर कधीही हाय हिल्स घालू शकणार नाही?... पण त्या तर सगळ्या फॅशन शोमध्ये आवश्यक गोष्टी... ओह वेल, मला सपाट तळाची पादत्राणं आवडतात आणि मी 'ग्लॅमबिझ'मधून बाहेर पडले आहे.

स्वामीग्लींच्या आध्यात्मिक-शारीरिक हालचाली औत्सुक्यपूर्ण स्वागतशीलतेनं पाहताना मला कधीही अशा प्रकारची अनुभूती आली नव्हती : आध्यात्मिक शारीरता देहापेक्षा आत्म्याशी जोडली गेलेली मी कधी अनुभवली नव्हती.

सायंकाळच्या त्या मौल्यवान क्षणांत, आम्ही त्या स्वर्गातील हिंदोळ्यावर बसलो होतो. माथ्यावर लक्षावधी तारकापुंज चमचमत होते. स्थिर उभ्या झाडांनी कान टवकारले हाते. स्वामीग्ली त्यांच्या आयुष्यातील रहस्ये खुली करणार होते.

आणि ती हळुवारपणे माझ्या उत्सुक कानात ओतणार होते... कुणालाही ज्ञात नसलेलं त्यांचं बालपण. उमलत्या वयातील त्यांची स्वप्नं आणि ते संन्यासी कसे झाले... अशा त्यांनी कधीही कुणाला सांगितल्या नव्हत्या अशा गोष्टी.

एका सायंकाळी त्यांनी त्यांच्या पहिल्या गर्लफ्रेंडबद्दलसुद्धा सांगितलं. ती रशियन होती. मग त्यांनी संन्यास घेतल्यावर त्यांचं नातं संपलं. आणि खूप विचार करून ते या निर्णयाप्रत आले की, आपण संन्यासीच राहायचं. पुन्हा गृहस्थाश्रमात प्रवेश करायचा नाही. ही सगळी माहिती इतर कुणालाही नव्हती असं मी समजत होते.

मी फक्त श्रवणभक्ती करत होते. त्यांनी मला एखादा प्रश्न विचारला तरच फक्त बोलत होते. कारण मला आमचा तांत्रिक अभ्यास अधिक उंचीवर न्यायचा होता. शिवाय, मला क्षणस्थ व्हायचं होतं. मी ज्या आयुष्यापासून दूर आले होते त्या माझ्या 'स्टार' आयुष्याबद्दल बोलणं मला मूर्खपणाचं वाटत होतं.

निषिद्ध क्षेत्रात प्रणय

''तुम्ही *ब्रह्मचारी* नाही?'' मी विचारलं.

हा प्रश्न मला केव्हाचा बोचत होता. आम्ही तांत्रिक अभ्यास सुरू केल्यापासून माझ्या मनात विचार येत होता की, एखादा अधिकृत ब्रह्मचारी लैंगिक मीलनाची मागणी कशी करू शकतो? जरी अशा पद्धतीनं घडलेल्या 'कृती' मध्ये एखाद्याला उन्नत आध्यात्मिक मीलनाचा लाभ मिळणार असला तरी?

त्यावर ते हसले.

''Brahm... ब्रह्म = उच्चस्तरीय ज्ञान किंवा Bhram... = भ्रम, लबाडी? हे दोन संस्कृत शब्द इंग्रजीत लिहिताना फक्त शब्दांची अदलाबदल केली तर अर्थ नेमका विरुद्ध होतो.

मी प्रथम 'ब्रह्म' आहे, ज्याचा गुरू आहे ब्रह्मा... ब्रह्मा, विष्णू व महेश या त्रिमूर्तींचा निर्माता. तो ज्ञानदाता आहे. माझ्या दृष्टीनं संन्यास म्हणजे हेच आणि हाच 'ब्रह्मचारी' शब्दाचा अर्थ. ब्रह्मा... निर्माता... ज्याला सर्वश्रेष्ठ ज्ञान आहे + अचारी... गुरू... ज्ञानदाता.

''मग ब्रह्मचर्य कशासाठी?'' मी खोदून विचारत राहिले.

''बहुधा सेक्समुळे, ती मानवाची मूलभूत अंतःप्रेरणा असते. ती योगी व्यक्तीला त्याच्या ध्येयापासून, म्हणजे सर्वोच्च शक्तीशी तादात्म्य पावण्याच्या उच्च ध्येयापासून विचलित करते... तंत्र हे अस्तित्वात असलेलं सर्वांत प्राचीन तत्त्वज्ञान/शास्त्र, सेक्सचा सर्वोच्च शक्तीशी मिलाफ घडवण्याचं सर्वांत महत्त्वाचं प्रेरक साधन म्हणून वापर करतं.''

तंत्र गूढ... गोपनीय असतं. त्याची शिकवण काही शिष्यांपुरतीच मर्यादित

असते. स्वामीग्लींना कधी काळी कुणीतरी बऱ्यापैकी समाधानकारक तांत्रिक जोडीदार भेटला असावा, ज्यांं त्यांच्याकडे फक्त गुरू म्हणून नव्हे– जो त्यांना अधिक उच्च ठिकाणी पोहोचवण्यास मदत करेल किंवा फक्त श्रेष्ठ शक्ती प्रदान करेल– तर मनुष्यप्राणी म्हणून पाहिलं असेल.

...आम्ही दोघंच असायचो तेव्हा आम्ही गुरू-शिष्या नव्हतो, आम्ही प्रेमी होतो. दोघेही समान स्तरावर होतो... त्यांनी हात जोडून, डोळे मिटून, मस्तक झुकवून 'शक्ती'ला साष्टांग प्रणाम केला होता. माझा तसा उद्देश नसला तरी मी त्या 'शक्ती'ची स्त्री भूमिका करत आहे... श्रेष्ठ शक्तीची... असं मी गृहीत धरलं होतं.

दररोज काहीतरी लक्षणीय घटना घडत होती. रोज संध्याकाळी आम्ही एकेक पायरी पुढे जात होतो. स्पर्श, धरणं, कुरवाळणं, थोपटणं, आलिंगन, कवटाळणं, मिठीत घेणं, अंगावरून हात फिरवणं... हे सगळं संभोगपूर्व क्रीडेचा भाग होतं. हे सगळं त्या पाच महिन्यांच्या काळात हळुवार सुरू होतं. जांभळ्या लॅव्हेंडरचा ताजा गंध... प्रत्येक कणाकणातील अणूला प्रवेश देण्याचं स्वातंत्र्य... चमचमत्या प्रेमात अफूच्या बोंडांचं उमलणं... विचारपूर्णता आणि विचारमुक्तता... एकाच वेळी.

मी यातील एकाही भेटीचं श्रेय घेऊ शकत नाही. हे सगळं त्यांनी योजलंहोतं, अगदी काळजीपूर्वक तपशीलवार. आमचे बंध जुळत होते... हळूहळू घट्ट गुंफले जात होते.

लैंगिक कृतीमध्ये, देहभान जेव्हा प्रजोत्पादन संकल्पनेपलीकडे जातं, तेव्हा ते त्या व्यक्तीशी एकरूप होण्याच्या नव्हे, तर त्या अनंत– सर्वोच्च शक्तीशी एकरूप होण्याच्या संकल्पनेप्रत जातं.

आपण काय करत आहोत, याचं त्यांना अगदी सुस्पष्ट भान होतं. त्यांची अत्यंत हळुवार, अत्यंत अ-वासनापूर्ण पद्धत मला सर्वस्वी नवी होती. प्रेमाचं 'पॅशन' उमललं होतं ते हृदयकमळातील असह्य हलकेपणातून... खालच्या बाजूच्या चक्रांच्या वजनाच्या ओझ्यातून नव्हे... जिथं लैंगिक अवयव, आर्द्रता आणि काठिण्य वास करतात तिथून नव्हे. हृदयाची हृदयाशी भेट झाली होती. ही फक्त योनी आणि लिंग यांची, जे हृदयातील– केंद्रातील प्रेमाच्या खूप खूप दूर असतात. मागचापुढचा विचार न करता झालेली भेट नव्हती.

त्यांना कधीही दम लागला नाही. ब्रह्मचारी व्यक्तीनं त्याच्या पंचेंद्रियांवर विजय मिळवलेला असतो, ही गोष्ट मी नंतर शिकणार होते. प्रत्यक्ष लैंगिक कृतीदरम्यान – ज्यात माझ्या दृष्टीनं नावीन्य नव्हतं – त्यांचा यौगिक देह कधीही आखडला नाही. हे नवीन होतं. सुरुवातीपासून शेवटपर्यंत त्यांच्या चेहऱ्यावरील भाव कधीही बदलले नाहीत. मी 'इरॉटिका' सिनेमातील माझ्या भूमिकेच्या तयारीसाठी 'कामसूत्रा'चा अभ्यास केला होता, त्यांतील उत्तम पोशाख आणि अलंकार परिधान केलेल्या माणसाच्या भावनाशून्य चित्रासारखे ते दिसत होते.

आम्ही निर्जन अरण्यात होतो... सापासारखे फूत्कार टाकणाऱ्या हिरव्या गवतात आणि मावळतीच्या सूर्याच्या अखेरच्या घटकांत... स्तब्ध शांततेत आणि हिमालयीन अरण्यातील विलक्षण शुद्ध हवेत... त्यांचा अल्सेशियन कुत्रा शंभू शेपटीनं माझ्या पायांवर वर्तुळ रेखत होता आणि प्रेमळ डोळ्यांनी माझ्याकडे पाहत होता.

स्वामीग्लींच्या सपाट व अनावृत्त देहाकडे माझी पाठ होती. ''मला तुझा गंध खूप आवडतो...'' ते माझ्या कानात कुजबुजले. मी डोळे मिटले होते, मान मागे कलंडली होती, त्यांच्या खांद्याला स्पर्श करण्याच्या बेतात होती... ओठ विलग होते... माझं काळीज माझ्या मुखात आलं होतं... मी उभी होते, त्यांच्यासोबत... उजळलेली. एखाद्या व्यक्तीला किंवा कृतीला शरण जाण्यासाठी नाही, तर दऱ्या- डोंगरांच्या भावस्थितीत विलीन होण्यासाठी...

पण अचानक तडाखा बसला आणि मी दिवास्वप्नातून खाड्कन जागी झाले.

– 'मला जायला हवं. 'हाउस ऑफ शक्ती'ची दारं बंद होतील. सात वाजले आहेत.'

घाईगडबडीनं... दाणकन जमिनीवर... त्यांच्या निवाऱ्यापासून दूर.

ते नंतर मला म्हणाले की, मला तुझी जागरूकता खरंच खूप आवडली. ते नियंत्रक आहेत, इथले संयोजक आहेत हे खात्रीनं माहीत असूनही, मी त्यांनी सूत्रं हाती घ्यावीत म्हणून त्यांच्यावर अवलंबून राहिले नाही. त्यांनी परिस्थिती हाताळावी अशी अपेक्षा ठेवली नाही, विशेषत: 'अफेअर' त्यांनी सुरू केलेलं असल्यामुळे. मी त्यांच्यावर अवलंबून राहिले नाही ही गोष्ट त्यांना आवडली होती. मी सगळ्याची जबाबदारी घेतली होती– मी, माझं आयुष्य, माझी करणी– सगळ्याचीच. या कलेत मी पूर्वीच– मुंबईत एकटी राहत होते तेव्हाच– पारंगत झाले आहे हे त्यांना माहीत नव्हतं.

मी दिसताच प्रत्येक वेळी त्यांचं एकटक पाहणं, त्यांची माझ्याबद्दलची लहान मुलासारखी आतुरता, त्यांच्या वागण्यातून दिसणारं कौतुक, त्यांच्यातून निघणारी व मला वेढणारी आल्हाददायी स्पर्शके... आजूबाजूच्या लोकांना सुगावा लागणारच होता. प्रत्येकच शिष्याची आपल्या गुरूच्या सर्वांत जवळचं होण्याची इच्छा असल्यामुळे संन्यासीजनांमध्ये घृणास्पद मत्सराग्नी भडकू लागला.

ॐ

लैंगिक मीलनाच्या प्रारंभी सुरुवातीच्या अग्नीकडे सावधपणे लक्ष द्या आणि तसेच चालू राहू द्या शेवटी निखारे उरू देऊ नका

– विग्यान भैरव तंत्र

बडे स्वामीग्लींनी १९८६ मध्ये ऑस्ट्रेलियातील सत्संगात केलेल्या प्रवचनाचं प्रतिलेखन करताना मी हे ऐकलं होतं. आता माझ्या लक्षात आलं होतं की, वीर्यस्खलन होतं तेव्हा लक्षावधी शुक्राणू लिंगातून उसळून बाहेर पडतात आणि तत्क्षणी मरण पावतात– परिणामी ऊर्जानाश होतो, म्हणून ते टाळलं जातं. ज्या पुरुषांना तांत्रिक संभोग ही संकल्पना अनुसरायची असते, त्यांना नियंत्रण मिळवण्यासाठी अविरत अभ्यास करावा लागतो, मग ते शुक्राणूंना त्यांचा बाह्य दिशेनं येणारा ओघ बदलायला लावून उलटं आत परत जायला सांगू शकतात. हा अभ्यास खूप गंभीरपणे करण्याचा आणि अतिशय कठीण असणार असं मला वाटलं होतं.

पण संभोग ही संकल्पना तृप्तीच्या जाणिवेच्या संकल्पनेपेक्षा अगदी वेगळी असते– चौरस आणि वर्तुळ या कल्पना जितक्या वेगवेगळ्या आहेत, तितकंच– हे शिकणं मोठं विलक्षण होतं.

''आज रात्री 'डेट'ला येणार?'' ते अगदी नम्र हसत गंभीरपणे विचारायचे.

''किती वाजता? मला सातच्या आत पळावं लागेल.''

आणि अशाप्रकारे ते सुरू झालं.

काही वेळा ते माझ्या तोंडात हेजलनट ठेवत संस्कृत मंत्र म्हणायचे. माझ्या डोळ्यांत एकाग्र होत शेकोटीतली धग माझ्यात चेतवायचे. कधीकधी ते सोनेरी यंत्रासमोर बसायचे... ती सरळ रेषांची भौमितिक आकृती पिवळ्या आकाशाला छेदत असे... जोडीला संस्कृत मंत्रांची साथ असायची... आणि मी त्यात मूकपणे सहभागी असायचे.

दुर्मिळ वृक्ष आणि रोपांच्या नयनमनोहर दृश्यानं मी मंत्रमुग्ध झाले होते. उत्तर भारतातील, अर्धपारदर्शी निर्मळ आभाळाखाली स्वामीग्ली अत्यंत निवांत, दक्ष, सजग आणि ऋषितुल्य जीवन जगत होते. त्यांच्या सुपरयौगिक मानसिक जडणघडणीत कसल्याही प्रकारची विषारी वृत्ती किंवा स्वार्थी, धूर्त, कपटी, लबाड अथवा विद्वेषपूर्ण विचार नव्हते. ते खूप उच्च मितीतून आले होते. त्यांची योजनाही उत्तम होती – जगभरातील मनुष्यप्राण्यांना त्यांच्या येथील जन्माच्या रहस्याचं ज्ञान देणं.

༄

महाशिवरात्र आली तेव्हा मी स्वामीग्लींना त्याचं वैश्विक महत्त्व काय असं विचारलं.

''ही वर्षातली सर्वांत अंधारी रात्र असते. या रात्री शिवानं सखी पार्वतीशी प्रणय केला होता.''

स्वामीग्लींनी मला बोलावलं होतं :

''आज संध्याकाळी कुटीरमध्ये ये.''

मी जाणार आहे हे कळताच समाधी म्हणाली, ''गेल्या वर्षी मी महाशिवरात्रीला तिथे होते.''

समाधी माझ्या तिथे जाण्याबाबत फारशी खूश नव्हती. मग तिनं तो विषय काहीसा झटकला आणि म्हणाली, ''मला तुझे केस खूप आवडतात, मी विंचरून देऊ?''

''हो.''

आम्ही दोघी तिच्या खोलीत गेलो. 'गंगा व्ह्यू'च्या वरच्या मजल्यावरच्या तिच्या खोलीतून बाहेरचं दृश्य पाहताना, मला हिमालयात एका पर्वतशिखरावर मी उभी होते तो क्षण आठवला... अ-प्रदूषित वातावरण. आता माझे आकाशात भ्रमण करणाऱ्या अदृश्य अस्तित्वांशी अधिक सूर जुळू लागले होते. जेव्हा आपल्यात परोपकारी स्नेहलता भरून जाते, तेव्हा आपण ती विश्वातून आकर्षित करतो.

आपण जे 'देतो' ते आपल्याला 'मिळतं'.

''मग महाशिवरात्रीला तुम्ही स्वामीग्लींच्या निवासस्थानी काय करता?''

''ओह, कळेल तुला.''

तिची नजर तिच्या हातांवर खिळली होती. तिनं माझ्या केसांचं कोडकौतुक करून ते अंडाकृती बनमध्ये घट्ट बांधले होते.

संभाषण सुरू ठेवण्यात तिला रस नसणं ही गोष्ट जराशी धोक्याची घंटाच होती. ज्या मुलीला एरवी गप्पा मारणं खूप आवडतं, ती मुलगी खासकरून या विषयावर का गप्प होत होती? काहीही प्रतिक्रिया देणं का टाळत होती?

महाशिवरात्रीच्या चंद्रविरहित रात्री दोन ज्वाळा एकरूप झाल्या.

त्या आतुर रात्री झेंडूच्या फुलांनी कुटीराकडे जाण्याचा मार्ग सुशोभित केला होता. मी कायम ज्या सर्वोच्च शक्तीच्या शोधात होते, पण जी मला कधीच सापडली नव्हती, त्या सर्वोच्च शक्तीच्या आपण समीप आहोत असं मला वाटत होतं. कुटीराकडे जाताना मी हर्षभरित होते.

ती रात्र माझ्या आयुष्यातील सर्वांत मोठी रात्र होती. आम्ही चंद्रविरहित कालातीत प्रदेशात होतो... जिथं काळानंसुद्धा आम्हाला एकांत दिला होता. एखादी स्वर्गीय पार्टी ऐन भरात असल्यासारखं वाटत होतं. मला या पार्टीचं पहिल्यांदाच आमंत्रण होतं. स्वामीग्ली माझ्या मज्जारज्जूवरून हात फिरवत होते– आणि शिशाचं सुवर्णात रूपांतर घडत होतं. ते त्यांचे विलक्षण प्रतिक्षेप माझ्यात सरकवत होते... मला नक्षत्रांची यात्रा घडवत होते.

त्या रात्रीचं विलक्षण वैभव शब्दांत मांडणं कठीण आहे.

૭૨

एव्हाना ती भयंकर अस्वस्थ झाली होती.

होय, अनूच आहे माझ्या विव्हलतेचं कारण... 'स्वामी उद्विग्नयोगी' मनातल्या मनात संतापानं धुमसत होती. ती गवतातून जाणाऱ्या पायवाटा स्वच्छ करायला खाली वाकली, तेव्हा तिला ती जागा लखलखीत स्वच्छ ठेवण्यासाठी करावे लागणारे प्रयत्न आठवले. स्पॅनिशचं ओ की ठो न कळणाऱ्या भारतीय कामगारांना सूचना देऊन काम करून घेणं सोपं नव्हतं. ती त्यांच्याशी बोलता यावं यासाठी हिंदी शिकण्याचा आटापिटा करत होती... तेच अनू... तिचं हिंदी व इंग्रजी दोन्हीही उत्तम होतं. तिची कामगारांशी वागण्याची एक पद्धत होती, त्यामुळे त्यांना तिचा आदरयुक्त धाक असे. त्याचबरोबर, आत्तापर्यंत झालेल्या योग अभ्यासक्रमाच्या परीक्षांत तिची कामगिरी उत्तम होती, इतकी उत्तम की यौगिक इतिहासाच्या शिक्षकांनी अनूची उत्तरपत्रिका आदर्श नमुना म्हणून इतर विद्यार्थ्यांना दाखवली होती.

स्वामीग्लींचा अनूकडे वाढता ओढा स्पष्टच दिसत होता. त्यामुळे प्रथमच योगाश्रमाच्या व्यवस्थापिकेला अनूमुळे तिच्या पदाला धोका आहे असं वाटू लागलं.

आदल्याच दिवशी दीपोत्सवाचा सर्वांत मोठा भारतीय सण होता. दीपावली. स्वामीमंडळी हिरवळीवर फटाके उडवत होती. सगळं कसं सुंदर होतं. सगळ्यांनी स्वामीग्लींसोबत मिळून दिवाळी साजरी केली होती. त्यांनी स्वामी उद्विग्नयोगीच्या हातात पेटते फटाके ठेवले, तिला नवी कफनी भेट दिली. दोघांनीही थोडा छटेलपणा केला आणि तितक्यात तिच्या चेहऱ्यावर झगझगीत प्रकाश पडला. अनू तिथून निघाली होती. स्वतःच्याच जगात हरवलेली. ती कुठून आली होती? स्वामीग्लींचं लक्ष अर्थातच अनूच्या लहरत्या आकृतीकडे गेलं. ते उत्स्फूर्तपणे उद्गारले,

''वनकन्या!''

तिच्यात असं खास काय आहे की, त्यांच्यासमोर उभ्या आम्हा सर्व संन्याशांना सोडून ते तिला 'वनकन्या' म्हणत आहेत?

स्वामी उद्विग्नयोगी मत्सराच्या जाळ्यात अडकली होती... काहीही दयामाया न दाखवता... अत्यंत ढासळलेल्या आत्मसन्मानाच्या धाग्यांत गुरफटली होती.

बाहेरचा रस्ता दाखवला

एप्रिल महिन्यातील सकाळ. कुटीराच्या समोरच्या बाजूला मी पेरलेल्या सूर्यफुलाच्या बियांतून इवल्याइवल्या पिवळुशा सूर्यफुलांच्या कळ्या उमलत होत्या. त्या माझ्यासारख्याच ऊर्जासंपन्न आणि तरुण दिसत होत्या. आठ महिन्यांचं काटेकोर योगप्रशिक्षण आणि निवांत, तणावमुक्त समतोल योगी जीवनामुळे मला ते साध्य झालं होतं.

पण ती रात्र भयंकर होती. स्वीमीग्ली परगावी गेले होते. ते त्यांच्या 'ड्रीम प्रोजेक्ट'संदर्भात एका मीटिंगसाठी गेले होते. त्यांना सोळा वर्षाखालील मुलांसाठी एक योग कार्यक्रम तयार करायचा होता. स्वामी उद्विग्नयोगी याच रात्रीची वाट पाहत होती. तिथे अनूच्या रक्षणासाठी कुणीच नव्हतं आणि स्वामी उद्विग्नयोगीनं तिच्या काळजात अनूबद्दलचा सगळा दुःस्वास कोळशाच्या निखाऱ्यासारखा धगधगत ठेवला होता.

योगाश्रमाच्या अधिकार परंपरेत दुसऱ्या स्थानावर असलेल्या त्या बाईनं दोन संन्याशांना अनूला आश्रमातून हाकलून लावण्याचा आदेश दिला... हे काम फत्ते करण्यासाठी आवश्यकता पडली, तर तीव्र बळाचा वापर करण्याच्या परवान्यासह.

त्यांनी रात्री माझ्या खोलीचा दरवाजा ठोठावला. 'शक्ती हाउस ऑफ विमेन'मध्ये पुरुषांना प्रवेशास बंदी असल्यामुळे, दारात त्या दोघांना पाहून मला आश्चर्य वाटलं, पण क्षणार्धात त्यांनी मला उचललं आणि दिल्लीला जाणाऱ्या ट्रेनमध्ये नेऊन ठेवलं.

मला तिथून जाण्याची जराही रुखरुख नव्हती. मी तिथे राहावं अशी स्वामीग्लींचीच इच्छा होती; पण घडलेल्या प्रसंगाचा मला धक्का बसला होता, मी हादरले होते

आणि मला आपण अगदी य:कश्चित असल्यासारखं वाटत होतं. अशा प्रकारचं कृत्य, तेसुद्धा योग विद्यापीठात अध्यापन करणाऱ्या शिक्षकांकडून घडणं अतिशय गैर होतं. हा चक्क हल्ला करण्याचाच प्रकार होता, पण तो ज्या पद्धतीनं केला गेला, ते पाहता मला त्यात वंशविद्वेषाची छटा जाणवली. सर्वसंगपरित्यागाच्या नावाखाली, मुंडण करणारी आणि कसल्याही मालमत्तेचा संचय न करणारी माणसं, कशा प्रकारचे आडवळणी कुटिल विचार करत असतात?

मला ज्या गाडीत नेऊन टाकलं होतं, ती गाडी योगाश्रमाच्या लोखंडी दाराच्या दिशेनं निघाली असता, स्वामी उद्विग्नयोगी मागे उभी राहून माझ्याकडे तिरस्कारयुक्त नजरेनं पाहत होती. मी या भयंकर हिंस्त्र तिरस्काराच्या प्रपातात बुडून गेले असले, तरी माझ्या काळजात अनूकंपा असल्याचं मला जाणवलं. मी त्यांना शुभेच्छ दिल्या. मला स्वामी उद्विग्नयोगीबद्दल कणव वाटत होती, कारण योग आणि संन्यास घेऊनही तिला यावर उपाय सापडला नव्हता, तिला प्रेम सापडलं नव्हतं.

मला कितीही उद्ध्वस्त झाल्यासारखं वाटत असलं, तरी तिथून निघताना मला योगाचं सर्वांत मोठं बक्षीस मिळालं होतं– परिवर्तन. मला स्वास्थ्य लाभलं होतं. मी पुढच्या स्तरावर जाण्यास सज्ज होते.

दिल्लीत, घराबाहेरचं जुनंपुराणं शेवरीचं झाड चांगलं भक्कम दिसत होतं. त्याच्या लालचुटुक फुलांच्या वक्राकार पाकळ्यांवर पोपट ताव मारत होते. आदल्या दिवशी सकाळी मी योगाश्रमात अशाच झाडाकडे कौतुकानं पाहिलं होतं... त्या झाडानं त्याचा पर्णसंभार उतरवून ठेवला होता आणि ते फक्त फुलांनी लगडलं होतं.

माझ्या येण्यानं माॅला खूप आनंद झाला होता. माॅ माझ्या अनाकलनीय निर्णय आणि कृत्यांची एकमात्र समर्थक होती. तिनं मला खायला छानसं काय करू असं विचारलं. ती तिच्या निळ्या सुती साडीनं माझ्या कपाळावर हलकेच थोपटत होती... जणू योगाश्रमातील सगळे कष्ट पुसून टाकत होती.

‘‘तू मुंबईला परत गेल्यावर काय करायचं ठरवलं आहेस?’’ ती विचारत होती.

माझे तिच्याशी दृढ भावबंध होते ते याचगुळे. गी काय करावं याबद्दल तिचं जे मत असेल ते सांगण्याआधी, ती मला ‘तुला काय करायचं आहे’ हा प्रश्न आवर्जून विचारत असे.

‘‘अर्थातच योग/तंत्र शिकवणार आहे आणि जगण्याचा नैसर्गिक मार्गही. आता मी ग्लॅमरच्या दुनियेपासून खूप दूर आले आहे, माॅ... गेले काही महिने मी आपल्याला काय शिकवायला आवडेल याचा विचार करत नव्हते. मी विचार करत होते, शहरवासीयांनी खरोखर काय शिकण्याची गरज आहे याचा. मी ज्या ज्या

पद्धती शिकले त्या सगळ्यांत मला योगनिद्रा या आत्मशुद्धी नेटवर्कचा लोकांना खूपच उपयोग होईल असं वाटतं.''

पण माँला जेव्हा मी मला योगाश्रम सोडावं लागण्यामागचे अभद्र उद्देश सांगितले, तेव्हा ती भयंकर घाबरली.

''ते तुला ठार करतील! गुन्नू, तू पुन्हा योगाश्रमात परत जायचं नाहीस,'' ती म्हणाली. आगामी काही महिन्यांत तसंही मला कुणीतरी 'मारणारच' आहे, हे तिला त्या वेळी कुठे माहीत होतं!

୭

मुंबई. पुन्हा समुद्राच्या पार्श्वभूमीवर... मी माझ्या वरळीच्या फ्लॅटमध्ये सकाळी उठले तेव्हा मनात प्रश्न होता... मला खरंच कशाची आसक्ती आहे आणि ज्यावाचून माझं चालणार नाही असं काय आहे?

''तू संन्यास घ्यायला हवास,'' स्वामीग्लींनी सूचना केलीच होती.

मी दाराजवळ लावलेल्या मोठ्या आरशासमोर उभी राहिले.

मी खरंच माझ्या कुटुंबात गुंतले आहे का?

नाही.

बॉयफ्रेंड?

नाही.

लग्नाचा विचार?

नाही.

खासकरून श्रीमंत, विशिष्ट वर्गाचं आकर्षण?

नाही.

एखादा आवडता खाद्यपदार्थ, भोजन वा चॉकलेट?

नाही.

प्रतिष्ठा?

नाही.

सत्ता?

नाही.

पैसा?

नाही.

सुंदर दिसणं?

नाही.

केस?

कदाचित.

कापून टाक!

तू म्हणजे तुझे केस नाहीस. तू म्हणजे फक्त केस नाहीत...

अखेर मी न्यू यॉर्कहून आणलेली भगव्या हॅन्डलची मोठी बहुपयोगी कात्री बाहेर काढली आणि माझ्या दिवाणखान्यातल्या भल्यामोठ्या आरशासमोर विचारमग्न उभी राहिले.

काप. कापून टाक.

कानापर्यंत केस... नवीन.

ती रात्र

ऑक्टोबर महिन्यातल्या त्या रात्री मी माझा बोस्टनचा आर्किटेक्ट मित्र– राम याचं पार्टीचं निमंत्रण स्वीकारलं. माझ्यासाठी ही दुर्मिळ गोष्ट होती. आश्चर्य म्हणजे, मी त्या दिवशी मौनाचा नित्यक्रम मोडायलाही तयार होते. संध्याकाळी सात ते सकाळी अकरादरम्यान मी पूर्ण मौन पाळत होते आणि तेही न चुकता. स्वामी उद्विग्नयोगीच्या माझ्याबद्दलच्या कडूजहर असूयेनं माझ्या काळजात काळोखी भावना मागे उरली होती. मित्रमैत्रिणींना योगनिद्रा– जागृतावस्थेत कसं झोपायचं – हे शिकवताना मला थोडा आराम मिळत होता. तणावमुक्तता. मन जागृत करणाऱ्या माझ्या या आवडत्या प्रकारामुळे प्रदूषणाचा त्रास झेलणाऱ्या शहरवासीयांना खरोखरच सैलावलेपण अनूभवता येणार होतं. योगनिद्रेचे प्रगत साधक सूक्ष्म यात्रा घडण्याचीसुद्धा आशा बाळगू शकतात! तथापि, स्वामीग्लींचा निरोप न घेता तिथून निघाल्याचं शल्य मनात बोचत होतं. मी त्यांची कृतज्ञ होते, ते नाकारता येणारच नव्हतं. ते नसते, तर आज मी योगी झाले नसते. माझ्यात घडलेलं आंतरिक परिवर्तन त्यांच्यामुळे घडलं होतं.

माझ्या वरळीच्या फ्लॅटच्या खिडक्या बाहेरच्या वादळानं थडथडत होत्या. सोसाट्याच्या वाऱ्यानं पुष्पदाणीतले थरथरणारे गुलाब मी पुन्हा नीट लावले, तेव्हा मला माझ्या आतली प्रेममय शांती जाणवत होती. गळून पडलेली प्रत्येक पाकळी प्रेम होती. दोन बेडरूम्सच्या मधल्या पॅसेजमध्ये आणि टेबलाच्या एका बाजूला असलेल्या, बहरलेल्या झाडांच्या पानातही प्रेम होतं. मी इतकी मंत्रमुग्ध झाले होते की बाहेर निसर्गाचं जे तांडव सुरू होतं त्याचाही मला विसर पडला होता. मी अतिशय सुंदर अंतर्जगात होते. जादुई! माझ्या त्या आनंदाची कशाशीही तुलना

करता येणार नव्हती.

बिनशर्त प्रेम.

योगाश्रमात वक्तशीरपणाचं कडक प्रशिक्षण घेतल्यानंतर, त्या रात्री मी ठीक नऊ वाजता आवरून तयार होते. रामला उशीर झाला होता. मग मी त्याच्या घरी फोन केला, तेव्हा त्याच्या नोकरानं सांगितलं की, साहेब आत्ताच अंघोळीला गेले आहेत. किती टिपिकल मुंबई नाइटलाइफ... आणि वर ते याचं खापर ट्रॅफिकवर फोडतात.

आम्ही दक्षिण मुंबईत अमेरिकी कॉन्सल जनरल यांच्या घरी डिनर पार्टीला निघालो होतो.

मग पॅट्रिक यांच्या अतिशय अभिरुचीसंपन्न सजवलेल्या घरी वेट्रेसनं मला लक्ष्य केलं– 'एक ग्लास वाइन, एक ग्लास' असा तिचा आग्रह सुरू होता. ती माझ्या 'आत्ता मूड नाही' या पालुपदाकडे दुर्लक्ष करत होती. योगाश्रमापासून मी मद्याचा वाससुद्धा विसरल्यात जमा होते. आणि मला त्याची अजिबात आठवणही झाली नव्हती. अखेर, मी एक कोपऱ्यातली झाडाची कुंडी हेरली आणि तिच्याकडून ग्लास घेतला.

पा एकदा म्हणाले होते, ''मी पीत नाही; पण सारखं नकार देत राहणं असभ्यपणाचं असतं... अशा वेळी सरळ एखादी कुंडी शोधायची आणि कुणी पाहत नसेल अशा वेळी हळूच तो ग्लास त्या कुंडीत ओतून टाकायचा.''

मी नेमकं तेच केलं आणि सर्वप्रथम इतरांच्या भावनांचा आदर करणाऱ्या अतिचलाख पांच्या आठवणीनं स्वतःशीच हसले.

मनात योगाचा विचारही होताच. तो माझ्या जीन्समध्येच आहे, हे मला माहीत होतं.

आणि ऑक्टोबर महिन्यातील त्या पहिल्या दिवशी मी पॅट्रिकच्या फ्लॅटमध्ये बाथरूमला गेले...

मला शेवटचं आठवतंय ते, मी इंग्लिश स्टाइलच्या भल्यामोठ्या गडद हिरव्या बाथरूममध्ये पॉटवर बसले होते. माझ्या मांड्यांखालचं लाकडी तपकिरी झाकण निसरडं आणि मऊ लागत होतं. मी माझ्या एकमेकांना भिडलेल्या उघड्या गुडघ्यांकडे पाहत होते. माझी भगव्या रंगाची कॅल्विन क्लीन जीन्स घोट्यापर्यंत घसरून खालच्या शुभ्र चिनीमातीच्या जमिनीवर चुरगळून पसरली होती. माझं बदामाच्या आकाराचं धातूचं रुपेरी बक्कल खाली पडलं होतं. माझं मन स्वामींगली आणि त्यांनी मला सांभाळायला दिलेल्या बेरीच्या झाडाकडे धावलं होतं. मला योगाश्रमाची आठवण होत होती.

तेवढ्यात अचानक धाड्कन आवाज आला. माझी स्वाभाविक प्रतिक्षिप्त क्रिया

झाली... मी जमिनीवर पसरलेली भगवी जीन्स दोन्ही हातांनी वर केली. आणि मान वर करून पाहिलं. माझा श्वास थांबला... अं! काय? कोण आहे?

मी आत आल्यावर बाथरूमचा गडद तपकिरी व्हॉर्निश दिलेला दरवाजा बंद केला होता, तो आत्ता अर्धवट उघडा दिसला. माझी लघवी मधेच थांबली. इथून उठावं आणि जीन्सची बटणं लावावी का काय करावं... क्षणभर माझं मलाच कळेना. मग मी अंगातला कमरेपर्यंत येणारा काळा टी-शर्ट आणखी ताणून अंग झाकून घेतलं.

तीन मुलं आत आली, ती थेट दारासमोरच्या सिंकच्या दिशेनं गेली. त्यांचं माझ्याकडे लक्ष नव्हतं. त्यातल्या एकानं सिंकजवळच्या फिकट हिरव्या चमकदार संगमरवरी काठावर एक छोटं, पांढरं पाकीट ठेवलं. बाकीचे दोघं अपेक्षेनं आणि आशेनं त्या पाकिटावर डोळे खिळवून होते. ते पूर्णत: त्यांच्या त्यांच्याच नादात होते. त्यांना मी दिसलेही नव्हते.

मी सुटकेचा नि:श्वास सोडला आणि उभी राहिले, जीन्सचं बटण लावलं. आखूड केसांच्या बटा माझ्या चेहऱ्यावर येत होत्या. मी त्या मुलांवरची नजर हटवली नव्हती. मी सावध होते. मी जराही आवाज केला नाही.

त्या पाहुण्यांना माझ्या अस्तित्वाची जाणीवही नव्हती. कदाचित आमच्यामध्ये बरंच अंतर असल्यामुळे असेल, कदाचित तिथे इतर कुणी असणं त्यांना अपेक्षित नसल्यामुळे असेल. कदाचित त्यांना त्याची पर्वा नसल्यामुळे असेल... इतर कशाहीपेक्षा त्यांचं लक्ष त्या पांढऱ्या पाकिटावर होतं. त्यांनी माझ्या दिशेनं निसटसा कटाक्षसुद्धा टाकला नव्हता. थँक गॉड!

मग मी अगदी चोरासारखी, अजिबात आवाज होणार नाही याची काळजी घेत, चवड्यावर दबकत तिथून बाहेर पडत असताना त्यातल्या एका मुलानं ते पाकीट फोडलेलं पाहिलं. त्यानं एक कागद पसरून त्यावर त्या पाकिटातली थोडीशी पावडर टाकली. कोकेन दिसतंय... मला वाटलं. ज्या मुलानं ते पाकीट फोडलं होतं त्यानंच पँटच्या खिशातून शंभर डॉलर्सची एक नोट काढली, तिची सुरळी केली आणि गोऱ्यापान नाकानं ती पावडर हुंगून घेतली. नक्की कोकेनच... माझी खात्री पटली.

मी तिरीमिरीत दारापर्यंत पोहोचले, तेव्हा त्यांची माझ्याकडे पाठ होती. मला त्यांची फक्त डोकी दिसत होती– एक काळं, एक सोनेरी आणि एक फिकट तपकिरी. मी तिथून सटकले, तेव्हा त्यातल्या दोघांनी मान वर करून पाहिलं. मला पाहून त्यांचा आ वासला होता आणि मी श्वास रोखला होता. मी तिथून झट्कन बाहेर पडले आणि दार लावून घेतलं.

मी रामला शोधत होते. मला घरी जायचं होतं. मला उद्या सकाळी लवकर

उठायचं आहे– योग मला बजावून सांगत होता... हा हस्तक्षेप छान होता! मला झोपी जाणं आणि थोडी विश्रांती घेणं गरजेचं होतं. शिवाय, तिथल्या भडक उच्छृंखलपणापासून मी दूर झाले होते– तीन वर्षांपूर्वीच मी सिलेब्रिटी वलयातल्या खुळचट बडबडीपासून दूर पळून गेले होते.

मला राम कुठे दिसला नाही. मग मी अतिशय सर्जनशील मार्ग शोधला. मी पॉप संगीतावर जबरदस्त नृत्य सुरू केलं. मग दिवाणखान्यात सोफ्यावर बसलेले काही जण उठून माझ्यासोबत नाचू लागले. एका उत्साही प्राण्यानं दिवे मंद केले. त्याबरोबर, आमच्या आजूबाजूची बरीच जागा डान्स फ्लोअरमध्ये रूपांतरित झाली.

हे सगळं रात्री अकराच्या आधी सुरू होतं. त्यानंतर काय झालं ते अज्ञात आहे. रहस्यमय आहे. माझं आयुष्य हे माझ्यासाठीच एक रहस्य आहे.

विध्वंस

पहाटेची वेळ होती. अवकाळी पावसानं सर्वत्र पाणी पाणी झालं होतं. दक्षिण मुंबईतील अत्यंत गजबजलेला भाग असणारी चौपाटी पोलीस संरक्षणात होती. या खेपेला महात्मा गांधींची जयंती शनिवारी होती. गंमत म्हणजे, या अहिंसादिनी, अनू अगरवालला भयंकर तीव्र आघाताला तोंड द्यावं लागलं.

फारच भयंकर... 'अनू'भव.

अमेरिकी कौन्सुल जनरल यांच्याकडील पार्टीनंतर घरी परत येताना धातूच्या आघातानं अनूच्या चिंधड्या चिंधड्या झाल्या. फुटलेल्या काचेनं तिचे तुकडे तुकडे केले. वादळी वाऱ्यानं थरथरणाऱ्या रेकल्यासारखे आवाज काढणाऱ्या गाडीत तिचा चेंदामेंदा झालेला देह अडकला होता. हाडांचा चुराडा झालेला... रक्तामासांचा चिखल झालेला... निर्दयी अपघातानं अशी अवस्था झालेल्या अनूचा अजूनही श्वास सुरू होता... मात्र अर्धवट... अपुरा.

पांढरीशुभ्र मर्सिडिस जेम्स बॉण्डसारखी ३६० अंशात तीनदा गिरक्या घेऊन खवळलेल्या समुद्रापाशी येऊन धाड्कन आदळली होती... ते पाहून पोलीसही थक्क झाले. मग त्यांना ड्रायव्हरच्या सीटच्या बाजूला कलंडलेला स्त्रीदेह दिसताच ते तिला बाहेर काढायला धावले. ती संपली आहे असंच दिसत होतं. तिचे पाय विंडस्क्रीनच्या फुटलेल्या काचेवर होते. तिच्या पायाच्या तळव्यातून रक्त वाहत होतं.

त्यानंतर विमा कंपनीची माणसं त्या चेंदामेंदा झालेल्या गाडीची पाहणी करण्यासाठी आली, तेव्हा त्यांनी पैसे वाचवण्यासाठी काही पळवाटा मिळताहेत का ते पाहायला सुरुवात केली, कारण अशी दामटी झालेली गाडी म्हणजे विम्याची पूर्ण रक्कम... फुल इन्शुरन्स कव्हरेज द्यावं लागणार होतं.

૭૨

डॉक्टरांनी अनूच्या छातीवर स्टेथोस्कोप ठेवला. त्यांनी तिला ताबडतोब ओळखलं होतं. ऑक्टोबर महिन्यातल्या अवकाळी पावसात, ढगांचा गडगडाट आणि विजांचा कडकडाट अशा तांडवात, तिला भल्या पहाटे हॉस्पिटलमध्ये पळवत आणलं होतं. चार धिप्पाड पोलिसांनी मादक स्त्रीदेह उचलून आणला होता... पावसाच्या पाण्यानं निथळणारा... ओलाचिंब... शुद्ध हरपलेला... लालभडक दाट रक्त ठिबकणारा. ती अर्धवट शुद्धीत होती... असह्य वेदनेनं तिच्यासमोर अंधार पसरत होता, पण हॉस्पिटलच्या प्रवेशद्वाराशी ती त्या अवस्थेतही धडपडत उठण्याचा प्रयत्न करत होती, पोलिसांनी आपल्याला उचलून नेणं तिला मान्य नव्हतं.

हा सिनेमाच्या चित्रीकरणाचा भाग म्हणून चालला असता, पण इथे कुठे कॅमेरा क्रू दिसत नव्हता, म्हणजे हे चित्रीकरण नव्हतं. मग हे खऱ्या आयुष्यातील नाट्य होतं का?

त्या दिवशी हॉस्पिटल पिवळ्या गुलाबांनी सजून गेलं होतं. चाहते, मित्रपरिवार, प्रसारमाध्यमे, जाहिरात व चित्रपटक्षेत्रातील लोक ब्रीच कॅन्डी हॉस्पिटलबाहेर जमा झाले होते.

अतिदक्षता विभागात डॉ. कार्तिक शुभ्र एप्रनमागे हात बांधून उभे होते. त्यांनी खाली झुकून अनूला तपासलं. ती प्रेतवत पडली होती... पांढऱ्या शुभ्र चादरीवर. तिच्या देहावर असंख्य नळ्या जोडल्या होत्या.

गाढ झोपेत... शांत...

आणि समजा ती जागी झाली... कोमावस्थेतून उठलीच... तर तिला यातून बरं व्हायला तीन वर्षे लागतील. अशा बिछान्याला खिळलेल्या अवस्थेतील निश्चल रुग्णाला पुन्हा मुळाक्षरे शिकवावी लागतील. या तीन वर्षांच्या चिंताजनक काळात मृत्यू जवळपास अटळ असतो.

☙

अनूचे रक्तानं माखलेले कपडे प्लॅस्टिकच्या पिशवीत चुरगळून पडले होते, लाल डाग पडलेल्या रद्दी कागदासारखे.

"तुम्ही ते फेकून द्या,'' ब्रीच कॅन्डीमध्ये तिच्यावर उपचार करणाऱ्या एका डॉक्टरांनी सांगितलं.

पण पा हटून होते. ते 'नाही' म्हणाले.

"मी तिचे कपडे धुवून ठेवणार आहे.''

मी माझ्या हातांनी ते कपडे धुणार आहे... त्यांनी शूरपणे ठरवलं होतं.

हॉस्पिटलच्या पांढऱ्याशुभ्र बाथरूममध्ये ते उभे होते... पूर्णपणे कोसळलेले. त्यांनी किरमिजी रंगाच्या पुडक्याकडे लक्षपूर्वक पाहिलं. त्यातल्या रक्ताचे

डाग पडलेल्या भगव्या जीन्सला धातू, काच, पावसाचं पाणी, गुलाब आणि २१२ मस्कचा वास येत होता. ममता आणि दुःख अशा संमिश्र भावनांच्या आवर्तात त्यांनी ती विचित्र रंगाची जीन्स काळजीपूर्वक निर्दयी नळाखाली धरली... हॉस्पिटलच्या सिंकला हॉस्पिटलमधल्या उग्र रसायनांचा वास येत होता.

पाणी वाहत होतं... तशाच त्यांच्या आत दाबून ठेवलेल्या भावनाही... ते ओक्साबोक्शी रडत होते. पांनी अतिशय त्वेषानं ती जीन्स घासायला सुरुवात केली... त्यांना त्या भीषण घोर तडाख्याचे डाग धुवून काढायचे होते. माँ आणि त्यांच्या वैवाहिक आयुष्यात इतकी भयंकर घटना त्यांनी कधी अनूभवली नव्हती. ते थिजल्यासारखे झाले होते.

मग त्यांना मायेचे उमाळे फुटले त्याखाली सगळं झाकून गेलं... ते रक्त धुवून काढत होते... त्यांची मुलगी जी अतियातनादायक दुःखाला तोंड देत होती... ज्यातून पार होत होती ते सगळं... ते तिचं दुःखं हलकं करत होते... स्फुंदत होते.

त्यांच्या डोक्यातून एक विजेची लहर दौडत गेली. त्यांच्या 'पुत्री'ला (त्यांनी तिला दिलेलं टोपणनाव) काय झालंय... ते समजून घ्यायचा प्रयत्न करत होते. हे असं कसं झालं? कारमध्ये काय झालं? ती ड्रायव्हरच्या सीटच्या मागे असायला हवी होती. का, ती मागेच होती? ती घायाळ झाली आहे– नखशिखांत. अनेक ठिकाणच्या फ्रॅक्चर्सनी ती हतबल झाली आहे. ती गाडीत ड्रायव्हरच्या सीटवर असताना आत अडकली होती का?

ती घटना कोड्यात टाकणारी होती, सगळंच अनूत्तरित होतं. ते भीतीनं शहारले. एरवी अज्ञेयवादी असणारे पा आता तारणहार देवाची प्रार्थना करू लागले.

असं वाटत होतं की, पुत्री कालच जन्माला आली आहे. त्या वर्षाच्या आरंभापासून, अकरा दिवस तिनं सूर्यप्रकाश पाहिलेला नाही. ११ जानेवारीला त्यांना सुवार्ता कळली, तेव्हा ते रोमांचित झाले होते.

''आम्हाला मुलगी झाली. आनंदोत्सव!''

त्यांनी आनंदाच्या भरात नातेवाईक व मित्रपरिवाराला तारा केल्या होत्या. बहुतेकशा नातेवाइकांना ही तार विचित्रच वाटली असावी, कारण भारतात तेव्हा कुटुंबाचा वारसा पुढे चालू ठेवणाऱ्या मुलाच्या जन्माची फक्त वाट पाहिली जात असे आणि त्याप्रीत्यर्थ आनंदोत्सव अधिकृतपणे साजरा होत असे.

◌ॐ

फ्लॅट ५०३, अनूचं घर. तिच्याविना घर सुनंसुनं आणि उदासवाणं झालं होतं. छतापासून लटकणाऱ्या, चमचमते मणी लावलेल्या, क्रोशाच्या पांढऱ्या लॅम्पशेडमधून प्रकाश पाझरत होता. तकाकी दिलेल्या मोझेक फ्लोअरवर, दोन लॅम्पशेड्स

एकमेकांसमोर उभ्या होत्या... फिकट गुलाबी रंगाच्या, रेशमी. त्यावर कॉफीच्या रंगाची बाटिक नक्षी होती. अनूनं पॉंडिचेरीच्या अरबिंदो आश्रमाच्या सहलीबद्दल सांगितलेलं पाना आठवलं... हे तिनं तिथूनच आणलं असणार. दिवाणखान्याच्या एका भिंतीवर छतापासून जमिनीपर्यंत काचेची खिडकी होती. तिथून फेसाळ समुद्र दिसत असे... त्यांच्या देखण्या 'पुचिकू'सारखाच चित्तवेधक.

☙

हॉस्पिटल.

मी अतिदक्षता विभागात होते... बेडवर आडवी, नळ्यांच्या आणि टायटॅनियम नॉट्सच्या विळख्यात होते... बेशुद्धावस्थेत... मी अशा 'प्रगाढ निद्रेत' होते जिथं मृत्यू अगदी सामान्य असतो.

जगाच्या दृष्टीनं बेशुद्ध असले, तरी मी जिवंत होते.

माझ्या आजवर जगलेल्या आयुष्याची पाटी माझ्या डोक्यात पुसली जात होती. या बाह्य, शारीरिक कोलाहलात आंतरिक सुव्यवस्था होती. मधुर संगीतही होतं... दुसऱ्या प्रदेशात गेल्यावर, मी भयावह प्राणी अँग्युलर हार्प वाजवताना पाहिले... गलिच्छ घाणीचे कुरूप फवारे आणि अंधारकोठडीतली दुर्गंधी.. वजनरहित पऱ्या थोड्या उंच प्रतलात समाधानानं उडत होत्या... बिनपंखांच्या.

प्रेम आणि तिरस्कार अशा दोन पूर्णत: विरुद्ध गोष्टींचा मिलाफ घडलेला होता. प्रकाशामुळे अंधाराचं अस्तित्व असतं आणि समतोल म्हणजे या दोन्ही परस्परविरुद्ध गोष्टींचा स्वीकार.

हे कुणालाही दिसत नव्हतं.

अपेक्षित होतंच त्याप्रमाणे स्मृतिनाश झालाच.

मला लोकांच्या प्रेमळ हातांचा स्पर्श जाणवत होता, त्यांची खरीखुरी आस्था कळत होती. त्यांच्या दृष्टीनं मी गाढ झोपेत होते, पण मी माझ्या डोक्यात टक्क जागी होते... अंत:चक्षू उघडे होते. अस्तित्वाच्या खोल गाभ्यातून प्रकटणाऱ्या दिव्यदृष्टीची विलक्षण शक्ती जागृत झाली होती. मला लोकांचे सूक्ष्म श्वास ऐकू येत होते, खोलीच्या भिंतींच्या आतला गलका वा हास्य दिसत होतं. ज्ञानेंद्रियांनी जे कळतं, त्यापेक्षा मला जास्त कळत होतं. चमत्कारिक गोष्ट होती!

मला माझ्या छिन्नविच्छिन्न देहाची जाणीव नसावी... मी कालच ज्या भयानक आघातातून पार झाले होते त्यापासून मी कोसो दूर होते.

सीटी स्कॅननं शरीरातील अनेक फ्रॅक्चर्स शोधली होती :

Clavical – multiple fracture of the right collarbone;

Humerus bone in the upper right arm-multiple fracture;

Unstable pelvic fracture;

Bladder rupture;

Jaw – multiple fracture, dislocated;

Basilar skull fracture;

Temporal bone fracture of the ear;

Ribs, mandible – hairline fracture;

Sinuses smashed;

Forehead fracture suspected;

In the orbital region that holds the eye, fracture suspected;

Nasal bone fracture suspected;

Inner ear fracture, causing labyrinthitis, a disorder of the inner ear.

Head injury : damage caused to the underlying blood vessels; Brain bleed.

अशा प्रकारची भयंकर मोडतोड झालेली मी हॉस्पिटलच्या नव्या, ताज्या चादरीवर वेदनारहित अवस्थेत पडले होते. मी कुठल्याही क्षणी संपेन असं वाटत होतं. प्रश्न फक्त एवढाच होता की, कधी.

कोमाच्या अखेरच्या दिवशी, माझ्या मेंदूच्या पडद्यावर एक स्वच्छ प्रतिमा दिसू लागली. माझे 'डॉन जुआन' होते बडे स्वामीग्ली... मूर्ख नैतिक प्रतिबंधांपासून मुक्त. त्यांचं अस्तित्व सतत जाणवत होतं. मंद लाल कफनीतल्या स्वामीग्लींची आकृती थोडी छोटी, तिथून मागे काही अंतरावर दिसत होती. ऐहिक पार्श्वभूमीवर, हिऱ्याच्या ठिपक्यांसारख्या चमकणाऱ्या, डोळ्यांच्या दोन जोड्या माझ्यावर एकटक रोखल्या होत्या.

– तू योगी, तू तुझं स्वतःचं नशीब निवडू शकतेस. योगी तसं करतात.

पाण्याचा फवारा... वादळी झंझावातात आभाळात एक काटकुळी रेषा गरगरू लागली. माझ्या डोक्यात आवाज घुमला : हा तुझा नवा जन्म आहे, तू शुद्ध होत आहेस. तू स्वर्ग पृथ्वीवर आणू शकतेस – तुझ्या आतमध्ये व तुझ्या अवतीभोवती सर्वत्र.

सृजन : नवी अनू जन्माला येणार आहे. नव्याने. पुनरुत्थान. रूपबदल.

गंमत म्हणजे, त्या वेळी मी वैषयिकदृष्ट्या सर्वांत उन्नत प्रदेशात होते.

मी तारकांसमवेत स्वर्गीय अवकाशयानात होते. माझ्याभोवती सूर्य, तारे आणि ग्रह आणि त्यापलीकडचंही होतं.

मी वजनविरहित अवस्थेच्या आनंदात होते.

मी सुदैवानं आणि निष्ठुरपणे, अनंतात विलीन होण्यासाठी फेकली गेले होते. ब्रह्मांडात.

हे नम्र करणारं होतं... शब्दांपलीकडलं. त्यानं मला माझा सर्व अस्तित्वांशी असलेला अत्यंत जवळचा दुवा दाखवला. प्रेमातून जन्मलेले... आपण सर्वच प्रेममय आहोत. आपण सर्व 'एक'च आहोत. सगळीकडे फक्त प्रेमच आहे.

૦૩

सर्वप्रथम माझ्या उजव्या दंडातील हाडाचे तुकडे जोडण्याची शस्त्रक्रिया झाली. मला ती शस्त्रक्रिया आठवतही नाही. त्या दरम्यान मला जो देहातीत अनूभव आला तो फक्त मला आठवतोय :

निष्प्राण देहाबाहेर उभी राहून,

पाहत होते मी ओळखता न येणारा चेहरा,

एकत्र जोडलेल्या रूपात... मी नव्हतेच त्या चौकटीत.

शस्त्रक्रिया सुरू आहे... मी उडी घेतली आहे अंधारकोशात. मी ज्या बोगद्यात आहे तो आहे रेशमी आणि उबदार. तिथे इतका गडद अंधार आहे की, मला काहीच दिसत नाहीये. मी वेगानं ओढली जातेय आवर्तात. तिथे आहे पूर्ण विचारशून्य अवस्था. आपण वेगानं कुठे निघालो आहोत हा प्रश्नही मी विचारला नाहीये. कुठलेही प्रश्न नाहीत. मी खूपखूप वेगानं पुढे जात आहे. अचानक सुंदरशा प्रकाशाचा लोळ आला आणि सगळं बधिर झालं. मला आत्मीयतेची व्यवस्थित जाणीव आहे. मी त्या प्रकाशात विलीन होऊ पाहतेय. मला अखिल ब्रह्मांडाचे बहुआयाम दिसत आहेत. माझी जाणीव इतकी प्रचंड विस्तारली आहे की, मला माझीसुद्धा जाणीव उरलेली नाही... त्या अवस्थेत मला एक अनूभूती आली... त्याचं वर्णन मी निर्मळ शाश्वत सुख असं करते. मला अकस्मात शांती जाणवली... सुस्पष्ट जाणिवांनी मला मंत्रमुग्ध केलं.

मी बहुधा 'परत न येण्याच्या बिंदू'पर्यंत पोहोचले होते आणि मला परत यायचंही नव्हतं...

गाइया दंडातील मोडलेल्या हाडाला आधार देण्यासाठी बारा इंच लांबीची रुपेरी, धातूची प्लेट बसवली, तिला आधार देण्यासाठी आठ स्टीलचे स्क्रू बसवले, त्यानंतर टाके घालून जखम शिवण्यात आली... खांद्यापासून कोपरापर्यंत अठ्ठावीस आडवे टाके दिसत होते.

त्यानंतर पुढची शस्त्रक्रियाही झटपट झाली. त्यांनी त्वचेचा छेद घेतला आणि अंतर्गत अवयवांना कुठे दुखापत झाली नाही ना हे तपासलं. तसंच फाटलेलं

मूत्राशय शिवलं. या शस्त्रक्रियेनंतर एक लांबच लांब उभा व्रण राहिला... सापासारखा... त्याचं नाक वक्षांच्या लगतच होतं... तिथून तो खाली पसरत पसरत... त्याचं शेपूट योनीपर्यंत गेलं होतं.

"नशिबवान आहात. तुमच्या मुलीला आतल्या भागांना काहीही इजा झालेली नाही... मज्जारज्जू व्यवस्थित आहे," डॉक्टर शेखरनी चश्म्याच्या काचा पुसत माझ्या वडिलांना सांगितलं.

पांनी सुटकेचा नि:श्वास सोडला : तिची ख्रिस्तोफर रीव्हसारखी अवस्था होणार नाही... सुपरमॅनची भूमिका करणारा हा अभिनेता घोडेस्वारीच्या स्पर्धेदरम्यान पडला होता. त्याच्या कवटीचा खालचा भाग आणि पाठीचा मणका वायर, टायटॅनियम लावून जोडावे लागले होते आणि त्याच्या नितंबाचं हाड काढून ते 'ग्राफ्ट' करावं लागलं होतं.

"फक्त तिचं मूत्राशय फाटलं होतं, ते आम्ही शस्त्रक्रियेनं शिवून बंद केलं आहे. काळजी करू नका. तुमच्या मुलीला गर्भारपण पेलता येईल, मुलांना जन्म देता येईल," डॉक्टर शेखर धीर देत म्हणाले.

त्या अवस्थेत माँच्या दृष्टीनं या मुद्द्याला फारसं महत्त्व नव्हतं.

तिला तिची उत्साहानं सळसळणारी मुलगी पुन्हा जिवंत पाहायची होती.

૭૨

मला जाग आली.

डॉ. कार्तिक आनंदानं चीत्कारले :

तू जिवंत आहेस! हा चमत्कार आहे.

जिवंत?

म्हणजे, पहिल्या शस्त्रक्रियेदरम्यान मी माझं शरीर बाहेरून निरखत होते, तेव्हा मी जिवंत नव्हते?

सकाळचे नऊ वाजले आहेत. प्रकाश बदलला आहे, इतकंच. ते याला 'सकाळ' म्हणतात. काहीही असलं तरी तुमचं अस्तित्व असतं. तुम्ही अनंत काळाचा एक भाग आहात. मी माझ्या डोळ्यांनी तिथली लगबग पाहते... पांढऱ्या पोशाखातल्या तीन मदतनिसांनी घाईघाईनं खोलीत एक स्ट्रेचर ढकलत आणलं आणि अतिशय पद्धतशीरपणे बेडला समांतर लावलं. खोलीत कसलाही आवाज नव्हता. सगळ्या गोष्टी अंतरावर होत्या... दूरवर. 'माझं' शरीर– ज्याच्याशी माझा संबंध नव्हता– उचललं गेलं. मी कुतूहलानं पाहत होते. माझं शरीर बेडवरून उचलून गडद हिरव्या स्ट्रेचरवर ठेवण्यात आलं. स्ट्रेचर कॉरिडॉरमधून झपाट्यानं लिफ्टमध्ये नेण्यात आलं.

मी निचेष्ट होते...

नाजूक... नवजात अर्भकासारखी...

लहान मुलासारख्या नवलाईनं पाहणारी.

पृथ्वी... एक रहस्य.

आम्ही 'मॅग्नेटिक रेझोनन्स इमेजिंग' (MRI) रूममध्ये होतो. एमआरआयमध्ये तीव्र चुंबकीय क्षेत्रे व रेडिओलहरींद्वारे शरीराच्या आतल्या तपशीलवार प्रतिमा घेतल्या जातात.

रेडिओलॉजिस्ट डॉ. अनिरुद्ध प्रतिमेकडे निर्देश करत सांगू लागले :

A Computerized Tomography, of the base of skull, is performed; there is fluid in both mastoid air cells, right mastoid fracture is noted, right sphenoidal polyp is noted.

The conclusion : there is fluid in both mastoid air cells, there is a right mastoid undisplaced fracture.

व्हॉटेव्हर!

रेडिओलॉजिस्ट उत्साहानं सळसळत होते. स्वच्छ पांढऱ्या झग्यातले... सहृदय. त्यांनी अस्वस्थपणे खिशात हात घातले होते. बेचैन अस्वस्थता? कशाबद्दल?

''तुमच्या शरीरावर प्रचंड वार... प्रचंड आघात झाले आहेत... तुमचं शरीर त्यामुळे निर्बल झालं आहे, त्यामुळे आम्ही आमच्या बाजूनं जे प्रयत्न करू त्याची शृंखला तोडली जात आहे... शरीर एकावेळी फक्त... तुमच्या शरीरानं भयंकर... अकल्पित आघात सोसले आहेत.''

ते बोलू लागले. त्यांच्या चेहऱ्यावर निस्तेज स्मित होतं.

''तुमच्या कवटीबरोबरच कपाळावरही एक तडा होता... डोळ्यांच्या खोबणीजवळ. तिथे फ्रॅक्चर आहे का हे तपासण्याची गरज होती, पण तुमच्या शरीराच्या इतर अनेक भागांकडे तातडीनं लक्ष देणं गरजेचं असल्यामुळे आम्हाला ते करता आलं नाही...

''त्यामुळे तो भाग एखाद्या पोकळ गुहेसारखा झाला होता आणि आकसून गेला होता... बधिर झाला होता. कपाळाचा निम्मा भाग संवेदनाहीन झाला होता आणि काळ्या राखेनं माखला होता.''

मला ते काय म्हणत आहेत ते समजत नव्हतं... मला ऐकू येत नव्हतं.

चेहऱ्याचा भाग संवेदनाशून्य झाला, तर त्यावर आंतरिक हास्य दिसत नाही. मी देहात जितका वास करते त्यापेक्षा बाहेर जास्त असते.

तुम्ही देह संपवू शकता. तुम्ही 'मला' संपवू शकत नाही. मी अनंताचा अंश आहे.

त्यांनी माझा निचेष्ट देह उचलला आणि हन्टलीच्या बेडवर हिरवट चादरीवर नेऊन ठेवला. मी पुन्हा झगमगीत सूर्यप्रकाश असलेल्या खोलीत परत आले होते. 'माझा देह' म्हणजे काय?

☙

माझ्या निम्म्या देहाची संवेदना हरवली होती, पण त्या अवस्थेत हळूहळू सुधारणा झाली : अंथरुणाला खिळलेली मी चाकाच्या खुर्चीपर्यंत पोहोचले होते. चेहऱ्यावर झालेल्या आघातामुळे 'बोटॉक्स-ट्रीटेड' चेहरा पूर्णत: शिथिल... सैलावलेला दिसत होता. चेहऱ्याच्या सर्व स्नायूंची संवेदना पूर्ण हरवली होती.

मला हॉस्पिटलमधून घरी सोडलं. मला 'माझ्या' घरी आणण्यात आलं... 'माझ्या' म्हणजे काय... मी बोटांनी चाळा करत होते. 'माझ्या घरी'?

तू एका रिमझिम पावसाळी रात्री डिनरला बाहेर गेली होतीस, ते घरी परत आलीच नाहीस, अदृश्यच झालीस. तू महिन्याभरापेक्षा जास्त काळानं घरी परत आली आहेस आणि तुझं घर 'तुझं' आहे हे तुला आठवत नाहीये. आणि आपण घरातून बाहेर पडलो होतो, हेच तुला आठवत नसल्यामुळे तू घरी परतही आलेली नाहीस. तू इथे पहिल्यांदाच आली आहेस... तुला पुसटसं आठवतंय. स्मृतिभ्रंशानं फिल्म स्टार पूर्ण संपली होती... ती ओळख पूर्ण पुसली होती. वैद्यकीयदृष्ट्या खास सांगितलेल्या बेडवर मी आडवी होते.

डॉ. कार्तिक व्हिजिटला आले होते. ते मॉंला सांगत होते :

''शी हॅड हिस्टेरिकल पोस्ट-ट्रॉमॅटिक ॲम्नेसिआ. मेंदूतील 'हिप्पोकॅम्पस'ला इजा झाल्यामुळे तिला भविष्याची कल्पना करता येणार नाही, कारण सर्वसामान्य माणूस जेव्हा भविष्याची कल्पना करतो, तेव्हा तो संभाव्य कल्पनाचित्र रेखाटण्यासाठी त्याचे गतानुभव वापरतो.''

आता अनू या क्षणात जगत आहे... वर्तमानात.

भेट जुन्या प्रेमीची

नोव्हेंबर महिना होता. हिवाळ्यातल्या सूर्याचे कोवळे किरण खिडकीतून आत झिरपले होते. खिडकीवर एक इवलासा फिकट तपकिरी पक्षी उत्साहानं किलबिलत होता.

–रिक आला होता.... माँ सांगत होती. माँ तिचे चमकदार केस एकत्र बांधण्यासाठी खाली झुकली होती.

मी नळ्यांच्या भेंडोळ्यात बेडवर आडवी होते. मला हलता येत नव्हतं. माझ्या कानाच्या आतल्या बाजूला इजा झाल्यामुळे मला तिचं बोलणं जेमतेम ऐकू येत होतं.

आज सकाळी तिनं तिच्या चमकदार, तकाकी दिलेल्या दातांमध्ये धरून बदाम फोडला होता. मी ते दृश्य पाहून स्तिमित झाले होते, कारण मला कुडुम कुडुम खाणं ही कृती माहीतच नव्हती. मी अजूनही सूपवरच होते. माझ्या जबड्यात फॅक्चर असल्यामुळे माझं तोंड उघडायला तयार नव्हतं, शिवाय चेहऱ्याच्या भागात अजिबात संवेदना नसल्यामुळे जराही हालचाल करता येत नव्हती, त्यामुळे माझ्या तोंडात सूप ओतावं लागत होतं.

माझं शरीर 'कायमच्या विश्रांती अवस्थेत' होतं. सुव्यवस्थित शरणागती. मी बिछान्याला खिळलेली होते, पण मी देहाच्या आत जितकी असते त्यापेक्षा बाहेरच अधिक असते, हे कुणालाच माहीत नव्हतं. विचित्र, विविध प्रतिमांची गुंतागुंत असलेली स्वप्नं पडायची... त्यात देव आणि यक्ष-गंधर्व असत. विलक्षण दिमाखदार स्वर्गीय सौंदर्य असे.

कधी काळाकभिन्न अंधारही दिसत असे. अंधार आणि प्रकाश एकत्रच अस्तित्वात असतात... ते मित्र असतात. सर्व प्रेममय असतं.

आणि मी पृथ्वीवर होते... नवीन रहस्य.

हा रिक कोण?

एक उंच, पिळदार, धिप्पाड तरुणाईनं सळसळणारा माणूस नाखुशीनं खोलीत प्रवेशला. तो कशाशी झगडतोय? मला भेटायला येण्यासाठी कुणाला आमंत्रणाची गरज नाही. लोक येत होते. मला पाहून त्यांच्या चेहऱ्यावर दुःख दाटत होतं, पण खरंतर त्यातले बहुतेक जण त्यांच्या आयुष्यात निराश होते.

"त्याचं अजूनही तुझ्यावर प्रेम आहे," मा म्हणाली. माझ्या प्रेमीचं तिला जरा जास्तच कौतुक वाटलं होतं.

ती कुठून तरी दूर अंतरावरून बोलतेय असं वाटत होतं. कानाचा पडदा सक्रिय झाला... आतलं मधुर संगीत कानात जात होतं, पण बाहेरचा कुठलाही आवाज मंद येत होता. लोकांच्या जिभा हलताना दिसत होत्या. मला अजून जीभ कशी हलवायची, कसं बोलायचं, कसं ओरडायचं... सगळं बाहेर कसं टाकायचं, ते शिकायचं होतं.

रिक दारात उभा होता... ना धड आत, ना बाहेर. तो कष्टी झाला होता. त्याच्या चेहऱ्यावर विचित्र कचकडी स्मित फुललं होतं.

– हे मॉन, तू पूर्ण बरी होशील. तो मला सांगत होता.

त्याचा लटका उत्साह सांगत होता की, त्यालाही आशा ठेवण्याची इच्छा असली, तरी त्याची शंभर टक्के खात्री नव्हती. मला कळत होतं. माझ्या आजूबाजूच्या कुणालाच मी या अरिष्टातून तरून जाईन याची खात्री नव्हती.

"अनू अकल्पनीय गोष्टी करू शकते." तो माँला धीर देत होता.

मी कशी आहे, हे त्याला माहीत होतं.

तो बेडशेजारच्या खुर्चीवर बसला होता. त्याची नजर मागच्या आवारातल्या गुलमोहराच्या झाडावर जात होती. नुकताच गुलमोहराचा बहर संपला होता. झाडावर रक्तवर्णी पुष्पसंभार नसला, तरी झाडाची विविध हिरव्या छटांची – सी ग्रीन ते टी ग्रीन – पानं त्यांच्या सोबत्यांविनाही तजेल्यानं चमकत होती.

तिच्या पहिल्यावहिल्या चित्रपटाच्या– 'आशिकी'च्या खासगी स्क्रीनिंगला तिच्या बाजूनं आलेला तो एकमात्र होता. त्या वेळी तिच्या आयुष्याचा तो एकमात्र अत्यंत महत्त्वपूर्ण भाग होता आणि तिच्या घरच्यांना तो आवडला होता.

एक अभिनेत्री म्हणून अनूनं तिच्या भावना उघडपणे दाखवल्या होत्या. पण वास्तव जीवनात ती त्याच्या नेमक्या विरुद्ध स्वभावाची होती. ती म्हणजे आश्चर्याची भलीमोठी थैलीच होती. प्रसारमाध्यमांनी तिच्याबद्दल बरंच चुकीचं लिहिलं होतं; पण एका बाबतीत मात्र ते बरोबर होते.

ती गूढ आहे... त्याच्या मनात आलं.

त्याला ती कधी समजलीच नव्हती.

त्यानं फिकट स्मित करत विचारलं, ''तू लक्षवेधी गोल दिव्यांच्या मर्सिडिज बेन्झ ई क्लास इ टूथर्टीमध्ये होतीस... तू कुणाची गाडी चालवत होतीस?''

आमचा गेल्या सात वर्षांत काहीही संपर्क नव्हता. मी कुठली गाडी विकत घेतली आहे किंवा जुनी गाडी विकली आहे का, याची त्याला काहीच कल्पना नव्हती.

मला त्याच्या दाढेवरची रुपेरी 'कॅप' दिसली. माझ्या डोक्यात एक संदेश हॉर्नसारखा वाजू लागला : या जन्मात अजून बऱ्याच गोष्टी आवरायच्या बाकी आहेत... रिकच्या देहात जन्म घेतल्यामुळे. कर्म. भावबंध. महान संगीतकाराच्या आतलं संगीत भयंकर बेसूर होऊ लागलं होतं.

मी काहीही न बोलता – कारण मला बोलताच येत नव्हतं – त्याला मनापासून शुभेच्छा दिल्या. माझ्या मनात त्याच्याबद्दल कसलंही किल्मिष नाही. मी त्याला पूर्णपणे ओळखलेलंही नाही. पण इथे असणारे आपण सर्व जण जसे एकमेकांशी जोडलेले आहोत, तसंच तो आणि मीही जोडले गेलो आहोत. या पृथ्वीतलावर. मी 'एक' आहे.

'तेव्हा तिनं माझ्याशी लग्न करावं अशी माझी किती इच्छा होती... मग हे घडलं नसतं... मी तिला विचारलं होतं...'

रिक भूतकाळात हरवला होता.

हो, याच घरात. दिवाणखान्यात. त्यानंतर किती चंद्र येऊन गेले... खिडकीत चंद्राची कोर मंद तेवत होती. ती जमिनीवर अंथरलेल्या फिकट हिरव्या चटईवर बसली होती... तेव्हा त्यानं तिला 'प्रपोज' केलं होतं, शेवटचं. त्यानंतर जगभरात विविध ठिकाणी अगणित वेळा त्याला तिच्याकडून 'हो' न आल्याची खंत वाटली होती.

तो एखादी गोष्ट शिस्तबद्ध, पद्धतशीरपणे करण्याच्या वृत्तीपेक्षा भावनाशील अधिक असल्यामुळे, आपण जेमतेम स्वतःच्या पोटापुरतं मिळवतो या गोष्टीचा त्यानं विचारच केला नाही. तो संसार मांडायला निघाला आहे, ही गोष्ट सहानुभूतीनं विचार करण्याच्यासुद्धा कल्पनेपलीकडची होती.

त्या काळी भारतात जॅझ संगीतकार म्हणून करिअर करणाऱ्याला पैसे मिळत नसत. हे करिअर निवडणं म्हणजे भारतातल्या कडक उन्हाळ्यात गरम पाण्याच्या नळाखाली अंघोळ करण्यासारखं होतं. तो कितीही कुशल असला तरी जॅझ संगीतकार असणं किती अवघड होतं... किती लाभहीन... कदाचित त्यामुळेच ती त्याच्याशी लग्नाला तयार झाली नसेल... तो विचार करत होता.

१९९१ मध्ये, भारतात जॅझचा चाहता वर्ग अगदी अल्प होता. या संगीत

प्रकाराची ओळख नव्हती. संगीतकारांना साबण, सिलिंग फॅन्स, रंग, दुचाकी आणि अशा प्रकारच्या जाहिरातींच्या 'जिंगल्स'मुळे थोडीफार ओळख मिळाली होती. आणि त्यासाठी त्यांना फक्त त्यांच्या उदरनिर्वाहापुरते पैसे मिळत असत, त्यासाठी त्यांना उसनवारी करावी लागत नसे, एवढंच.

त्याची अवस्था ही अशी होती.

रिक त्या एकोणीस वर्षांच्या मुलीच्या मनात प्रेम जागवण्यात यशस्वी झाला होता. तिनं त्याचं प्रेम स्वीकारलं, तेव्हा तो खूश झाला होता.

''तुला कुठे न्यायची सोय नाही,'' तो तिला गमतीनं म्हणाला होता. तो तिला ज्या ज्या पार्टीला सोबत न्यायचा, तिथे ती तरंग उठवत असे हे मान्य करावंच लागे. आणि ही तिला मॉडल किंवा चित्रपटतारका म्हणून ओळख मिळण्याच्या आधीची गोष्ट आहे.

पण ती त्याला भेटायला हेगला गेली होती... नॉर्थ सी जॅझ फेस्टिव्हलसाठी. या साहसी मॉडलनं इंग्लंडहून तिथे ट्रेननं जाण्याचा आग्रह धरला होता. ॲम्स्टरडॅम ट्रेन स्टेशनवर आशा-अपेक्षांचं वारं वाहत होतं. तो स्टेशनच्या बाहेर तिची प्रतीक्षा करत होता. उन्हाळ्यातली सकाळ होती. डच आकाशाच्या पार्श्वभूमीवर इमारतींची नक्षी दिसत होती. सूर्य प्रकाशमान होता. काही ढग आतुर काळजीनं घिरट्या घालत होते. ग्लॅमरच्या जगतात अनूचं जलद गतीनं यशस्वी होणं हे चिंतेचं कारण होतं. ती अजूनही त्याच्यावर पूर्वीइतकंच प्रेम करत असेल?

प्रेम माणसाची संपूर्ण मनोभूमिकाच बदलून टाकतं. ते दुसऱ्या व्यक्तीच्या प्रेमाची विलक्षण भूक निर्माण करतं.

ती तिथे पोहोचल्यावर रिकला तिला घेऊन थेट त्याच्या हॉटेलवर जायचं होतं. त्याला तिचा सहवास हवा होता. गेल्या काही महिन्यांत त्यांची भेट झाली नव्हती. अनू नेहमीच विलक्षण लहरीपणे वागत असे. पाउंडात कमाई केल्यानंतर तिची बॅग अत्याधुनिक फॅशनेबल डिझायनर स्टिकर्सनी भरली होती. तिची पहिलीवहिली कमाई आणि 'व्हिक्टोरियाज सिक्रेट'चे सुगंध तिनं घेतलेल्या मादक अंतर्वस्त्राच्या लेसमध्ये लपले होते. त्याला तिच्या अनिर्बंध स्वातंत्र्याची भीती वाटत होती.

रिकला नेहमी एक गंमत आठवत असे... ॲम्स्टरडॅम स्टेशनच्या बाहेर रस्त्यावरच्या जॅझ संगीतकारांचं गायन-वादन तिथेच उभं राहून ऐकण्याचा तिचा आग्रह होता. त्यामुळे रिक काहीसा अस्वस्थ झाला होता हे मान्य करावंच लागेल. ट्रम्पिट वादकानं अचूक सूर छेडले तेव्हा ते ऐकताना त्यानं प्रथमच, निःशब्दपणे मान्य केलं की तिला गमावण्याच्या भीतीची त्याला सतत टोचणी होती. तिला हे सगळं फार भराभर मिळत गेलं होतं का?

त्यानंतर ते हेगमधल्या फेस्टिव्हलला गेले. नॉर्थ सीमधील सर्वांत लक्षणीय

जॉझ अतिशय चैतन्यदायी होता. तिथे शाकाहारी अन्न मिळेल की नाही याची त्यांना अजिबात फिकीर नव्हती. ते सॅलड्स आणि 'बटाट फ्रिट' म्हणजेच बटाट्याच्या वेफर्सवर राहिले होते, कारण हॉलंडमध्ये फक्त तेवढेच शाकाहारी पदार्थ उपलब्ध होते. अनूनं 'इंडियन ट्रायबल फॅशन' मधून घेतलेला पोशाख घातला होता, त्यानं सर्वांचं लक्ष वेधून घेतलं होतं. रिकंन ते क्षण आठवत, त्याच्या भुऱ्या दाढीवरून हात फिरवला. त्यानं हसू मूक ओठांआड आवरून धरलं होतं.

त्या जॉझमय वातावरणात त्याला 'फुल-ऑन रॉक स्टार' असल्यासारखं वाटत होतं. त्यानं त्याच्या कार्यक्रमात थोडा त्या प्रकारचा पोशाखही केला होता. तो त्याच्या कलेच्या बाबतीत सच्चा होता. तो ड्रम्सच्या मागे बसला की, त्याच्या कौशल्यांनं तो खोलीतलं वातावरण बदलून टाकत असे... काळजाची तार छेडत असे. त्याच्या वादनाची कंपनं अख्ख्या खोलीत दुमदुमत... आणि तिथल्या 'व्हाइब्ज' बदलून जात असत. तो अगदी प्राणपणानं ड्रम्स वाजवत असे... जणू त्याचं जगणं त्यावर अवलंबून असावं अशाप्रकारे. कलाप्रकारासाठी असणारं स्तुत्य 'पॅशन' हा त्याच्या आणि अनूच्या भावबंधांच्या गोफाचा पहिला पेड होता.

ते दोघंही कोणत्याही कलाप्रकारासाठी जी कारागिरी किंवा कौशल्य लागतं, त्याचा खूप आदर करत असत.

अनू कधी काही अर्धवट करत नसे. तिनं जेव्हा बाह्य जगतापासून अंतरावर राहायचं ठरवलं तेव्हा तिनं मॉडलिंग आणि अभिनयाचे कुठलेही नवीन करार करणं थांबवलं. आता तर तिनं हा निश्चय अगदी टोकालाच नेला असावा... आता ती तिच्या देहापासून दूर जाण्याच्या बेतात होती... बिछान्यावर आडवी... मूक... स्मृतिभ्रंश झालेली...

शब्दांचा अखंड झरा वाहणारी अरोधनीय मुलगी... अखेर मूक झाली होती... अबोली.

आपण लग्नासाठी काही वर्ष थांबलो नाही, याचं त्याला वाईट वाटत होतं. आपण दोन वर्ष थांबू या, असं तिचं म्हणणं होतं. पण त्याला असुरक्षित भावना घेरून आली होती? तिच्यासारख्या मुलीची साथ कुणाला नको असेल? रिकंन खोल श्वास घेत त्याच्या कायाशी लग्न करण्याच्या निर्णयाचं समर्थन केलं. ती अनूला माहीत नव्हती. तो अनूला अजूनही भेटत होता, तरी त्यानं अनूला तिच्याबद्दल सांगितलं नव्हतं. त्यानं कपाळावरच्या अपराधी आठ्या पुसायचा प्रयत्न केला.

एका आघाडीच्या जर्मन कंपनीनं त्याला ड्रम्सचा संच भेट दिला होता. तो त्याचा पहिलावहिला ड्रम्स-संच होता. तो त्या वेळी अवघा अठरा वर्षांचा होता. त्याच्या दृष्टीनं हा निर्विवाद आणि दुर्मिळ सन्मान होता. त्या लालभडक रंगाच्या ड्रम

किटला अतिशय आकर्षक रुपेरी-सोनेरी झांजा होत्या. त्यानं त्यांना स्पर्श केला, ते वाजवले, कुरवाळले... ड्रम्स हे त्याचं अनूबद्दल वाटणारं तीव्र आकर्षण व्यक्त करण्याचं साधन होतं.

ड्रम्सच्या पुरेशा सरावानं त्याचे हात आणि पाय भक्कम व पिळदार होण्यास मदत झाली होती. रिकला माहीत नव्हतं की, तो तिच्या दृष्टीनं तिच्या स्वप्नातल्या राजकुमाराचं मूर्त रूप आहे. आणि सुदैवानं तिला हजार बेडकांचं चुंबनही घ्यावं लागलं नव्हतं. ते अगदी एकमेकांसाठी बनले आहेत असं वाटत होतं. सोलमेट्स... जीवनसाथी? त्या दोघांमधली 'केमिस्ट्री' इतकी स्पष्ट दिसत असे की, त्यांच्या आजूबाजूला प्रत्येक माणसाच्या ती मनाला भिडत असे... किंचित का होईना जाणवत असे.

लग्नगाठी स्वर्गात मारलेल्या असतात अशी समजूत असलेल्या रिकच्या दृष्टीनं, ती त्याची जीवनसाथी आहे हे पक्कं होतं. आणि ती अतिशय खिलाडू वृत्तीची आनंदी प्राणी होती... सगळ्या प्रकारच्या साहसांना तयार... प्रणयाच्या बाबतीतसुद्धा. ते जेव्हा भेटले होते तेव्हा तिचा पायघोळ राजस्थानी घागरा लहरत होता. त्या घोळदार लांब घागऱ्यात शिरणं सोपं होतं... त्याच्या मनात खट्याळ आठवण जागली!

त्यांच्या उत्कट, घनघोर प्रणयाचा मुलायम ओलावा... ते कुठेही प्रणय करायचे... म्युझिक व्हॅन्समध्ये... दिवसा, झगझगीत उजेडात मुंबईच्या टॅक्सीमध्ये... स्टेजच्या मागच्या बाजूला, त्याच्या बँडच्या तालमी असायच्या त्या स्टुडिओच्या अंधाऱ्या टॉयलेट्समध्ये आणि अर्थातच, त्याच्या बेडरूममध्ये. तिथे दुधी रंगाच्या राईस पेपरचा गोलाकार दिवा टांगलेला होता (ती त्याच्यासोबत राहायला आली तेव्हा त्यानं खास तिच्यासाठी आणला होता तो), तो मुंबईच्या समुद्रावरून येणाऱ्या वाऱ्याच्या तीव्र झोतात लंबकासारखा हेलकावत नाचत असे. ते इतके गर्क असत की, दिवे बंद करण्याचा विचारसुद्धा त्यांच्या मनात येत नसे... आणि कामदेवानं मारलेल्या मदनबाणांनी ते लवकरच सुखाच्या सागरात डुंबून जात... आह!

त्यानं तिच्यासाठी सर्वस्वी नवं जग खुलं केलं होतं – अतिशय मोहक!

जॅझ स्पर्श... शब्द... आणि पद्धती...

मिलेस डेव्हिस, चार्ली पार्कर, हर्बी हॅन्कॉक, पॅट मिथेनी, जॉन कॉल्ट्रेन, डेक्स्टर गॉर्डन, बेकर ब्रदर्स... या लोकांनी संगीतात त्यांचा जीव ओतला होता. ते अतिशय मनापासून भावपूर्ण रीतीने गात असत. ती ज्या लोकांसोबत लहानाची मोठी झाली होती त्या – कॉर्पोरेट जगतातील फक्त 'फॅक्ट्स ॲन्ड फिगर्स'वर भिस्त असणाऱ्या – लोकांसारखा तो 'डोक्यानं' काम करणारा नव्हता.

ते दोघं एकत्र राहू लागले, तेव्हा त्यानं तिला दिलेली पहिली भेट म्हणजे हेनरी

मिलरची सेक्सस, प्लेक्सस आणि नेक्सस ही पुस्तकत्रयी. तिनं ती अधाशीपणे वाचली होती. तिच्यातही अशीच उपजत संवेदनशीलता होती. रिक तिला सकाळी उठवायचा ते स्टीली डॅनच्या 'बॅबीलॉन सिस्टर्स, शेक इट...' आणि 'हे नाइन्टीन, नाऊ वी कॅन लिव्ह टुगेदर...'च्या सुरांसोबत.

रिक एकदम भानावर आला. तो अनूजवळ आला. ती बेडवर आडवी होती. तिची नजर पांढुरक्या रंगाच्या छतावर खिळली होती. तिचे बोलके डोळे गप्प होते... जणू तिला त्याच्यापेक्षा छतच जास्त आवडत असावं. तिचे डोळे... होय!... तिचं वेगळेपण त्यातच आहे. ती इथे नाहीये... ती इथे हजर नाहीये... किती दुर्दैवी गोष्ट आहे...

मला आरश्यात कुणाचं प्रतिबिंब दिसतं?

काही महिने मी पहिल्या मजल्यावरच्या खोलीत निचेष्ट पडून होते. बेडवरून बाहेरच्या आंब्याच्या झाडाचा बुंधा दिसत असे. त्यानंतर एके दिवशी सकाळी मी उठले. पहाटे पाच वाजता अंघोळ केली आणि आपोआप योगातील पहिलं मूलभूत आसन केलं... पद अंगुलीनमन. मी माझ्या संवेदनाहीन पायाची बोटं हलवण्याचा प्रयत्न करत होते. अखेर ते जरासं हलवता आलं होतं आणि तिथून माझ्या 'यौगिक हीलिंग'चा प्रारंभ झाला.

ॐ

डॉक्टर माझ्या समोर बसले होते. प्रसन्न, तरुण, उंच आणि धिप्पाड. ते रुक्ष होते. ते मी पावलं टाकत असताना अतिशय बारकाईनं माझ्या पायांची हालचाल निरखत होते. मी त्यांच्यापाशी पोहोचल्यावर ते उठून उभे राहिले, तरी ते माझा संपूर्ण चेहरा बारकाईनं पाहत होते. ते माझ्या कमकुवत 'फेशिअल बॉडी टिशू'चा अभ्यास करत आहेत, हे मला त्या वेळी कळलं नव्हतं... हालचाल त्यामुळेच होऊ शकणार होती.

त्यांचे ओठ अगदी ठळक कोरल्यासारखे आहेत. डॉ. आशिषनी मला डायनिंग टेबलाजवळच्या खुर्चीवर बसवलं. मी डोळे मिटले. मला हलकं वाटत होतं... निवांत... मी एक वर्षाच्या मुलाच्या निष्पाप आतुरतेनं चमत्कार घडण्याची वाट पाहत होते.

''आपण संवेदना हरवलेल्या चेहऱ्यात पुन्हा चैतन्य जागवू या.''

माँ आणि पा दोघांनाही आशा होती... मृत रोपट्याला पुन्हा पालवी फुटण्याची.

मग एक गोबऱ्या, गुलाबी चेहऱ्याचा माणूस माझ्या मागे उभा राहिला. त्याच्या दोन्ही अंगठ्यांचा माझ्या कानाच्या पाळ्यांना स्पर्श होत होता. त्याचे अंगठे वर्तुळाकार फिरू लागले... तळहात उघडलेला आणि बोटं पसरलेली.

मी यौगिक दक्षतेनं आकडे मोजू लागले... १, २, ३, ४... आम्ही ३० वर पोहोचलो. त्याचे हात कानांच्या मागच्या बाजूवरून हनुवटीवर आले. त्याचा हात जबड्याच्या फ्रॅक्चरजवळ आला, तेव्हा माझ्यात विजेचा प्रवाह दौडत जावा तशी भयंकर वेदनेची लहर दौडत गेली. त्याचे अदृश्य हात जणू छळ मोहिमेवरच होते. ते हळूहळू सरकत सरकत माझ्या चेहऱ्याच्या नवनव्या भागांना स्पर्श करत होते. आणि त्याचे हात जेव्हा माझ्या नाकाच्या दोन्ही बाजूंवर पोहोचले, तेव्हा मला ती अणकुचीदार सुया टोचल्यासारखी वेदना सहन होईना... मी वेदनेनं कळवळून किंचाळले. मी अक्षरश: आवाज फाटलेल्या बैलासारखी हंबरत होते.

माझ्या मनात आलं–

यापेक्षा तू मला ठार का मारलं नाहीस?

तेच जास्त सोपं झालं असतं – मृत्यूच्या अंधारात गडप होणं... 'जिवंत' राहण्याच्या आनंदापेक्षा मृत्यूशी झालेली 'ओळख' जास्त छान होती.

वीस मिनिटांनी ते भयानक 'सेशन' संपलं... आणि डॉ. आशिष हात धुवायला गेले.

मी या वेदनादायी अनूभवानं सुन्न होऊन खुर्चीवर खिळले होते...

ख्रिसमसच्या ड्राय आइससारखी.

''हे दिवसातून किमान दोन वेळा करा.''

ते हात पुसत म्हणाले. त्यांचा स्वर एखाद्या उनाड मुलाशी मोठ्या माणसानं बोलावं तसा होता.

दोनदा? मुळीच नाही!

त्यानंतर काही वेळानं ते म्हणाले, ''आरशासमोर बसत जा... ते महत्त्वाचं आहे.''

का, हा प्रश्न माझ्या मनातच राहिला. मला मानवाची भाषाच समजत नव्हती. त्या मरणप्राय २० मिनिटांनी मी पुरती ढेपाळले होते.

मृतवत शरीरात जिवंत राहून... प्रचंड क्लेश सोसताना मला 'जीवन २' मधील भयंकर दुःखाची ओळख झाली होती.

आणि त्या यातना सुरूच राहिल्या... दिवसामागून दिवस सरत होते.

पण मला दररोज एक प्रश्न छळत होता :

आरशात दिसतेय ती कोण आहे? हे प्रतिबिंब आहे का?

मला आरशात कुणाचं प्रतिबिंब दिसतं?

समय संन्यास घेण्याचा

मला आकडे समजत नव्हते किंवा ते फोनवर कसे दाबायचे तेही कळत नव्हतं, पण अत्यंत आश्चर्यकारकरीत्या मला फोन लावता आला. 'जीवन २' मधील माझा पहिलावहिला फोन.

''आनंदप्रिया...?''

ते मला या नावानं हाक मारायचे. त्यांना हे नाव माहीत आहे. त्यांनी माझं नामकरण केलं होतं – आनंदप्रिया.

आनंदाच्या पताका फडफडू लागल्या.

मी काहीही बोलले नाही. मला जे वाटत होतं ते मी सांगू शकत नव्हते, व्यक्त करू शकत नव्हते. माणसं ज्या भाषा बोलतात त्यातली कुठली भाषा मला येते का, तेही मला माहीत नव्हतं.

शांतता पसरली होती.

ते भावनावेगानं उचंबळले होते, त्या लहरींनी मला वेढलं होतं. फोनमधून उच्च दाबाच्या विद्युत्लहरी माझ्या कानात सणकत जात होत्या... ज्या कानानं थोडं कमी ऐकू येत होतं त्या कानात. दुसऱ्या कानाची अवस्था जास्त गंभीर होती. त्या कानात... फ्रॅक्चर झालेल्या अंतर्भागात बोस्सा नोवा संगीत, साम्बा आणि जॅझ वाजत होतं... मला फक्त तेवढंच संगीत ऐकू येत होतं... २४×७ ... अखंड तो वाद्यसंगीताचा तुकडा वाजत होता... तो संपायचं नाव नव्हतं. आधात झालेली फुफ्फुसे आणि फ्रॅक्चर झालेला छातीचा पिंजरा यामागे असलेल्या हृदयाची धडधड मला ऐकू येत होती... त्याचे ठोके सुरू होते.

यांच्या स्वर्गीय हृदयातून बिनशर्त प्रेम पाझरत होतं. ते त्यांनी फोन नामक

संपर्काच्या इलेक्ट्रॉनिक उपकरणातून सोडलं. दोन्ही कानांवरच्या 'इअरबड्स'ना ते प्रेम जाणवलं... एका कोनातून भळभळा रक्त वाहिलं होतं आणि दुसऱ्या कानाला आघातामुळे इजा झाली होती.

''कशी आहेस?''

ते जाणून घेण्यास उत्सुक होते. त्यांच्या शांत आवाजाला उत्सुकतेची किनार होती.

माझं बोलणं अडखळत होतं, जबडा तडकला होता आणि ओठात संवेदना नव्हती, तरी मी त्यांना कशीबशी माझी शोकात्म कहाणी तुकड्या-तुकड्यांनी ऐकवली.

''तू मला फोन का केला नाहीस? मी आलो असतो!''

मी कोमात असताना मला कॉल करणं मुश्कील असणार ना! पण ते माझं सांत्वन करत होते... आधार.

मी त्यांना माझ्या डोक्यात झालेल्या पेशीय स्फोटाबद्दल आणि बडे स्वामीग्लींनी मला 'जीवन २' सुरू करण्यासाठी दिलेल्या प्रेरणेबद्दल काही सांगण्याआधीच ते रोमांचित होऊन ओरडले –

''अकल्पनीय! बडे स्वामीग्ली? ही दुर्मिळ घटना आहे, अगदी मोजक्या निवडक लोकांच्या बाबतीतच घडते.''

ऑऽऽ! मी निवडक लोकांपैकी आहे?

''अगापेतो, तुम्ही कसे आहात... तुम्ही कुठे आहात?''

त्यांच्या स्वरात मृदू प्रसन्नता होती... मी त्यांच्या थराराच्या प्रपातात बुडून गेले होते.

मला माझ्या डोक्यात कुजबुजता स्वर ऐकू आला – अगापेतो म्हणजे स्पॅनिशमध्ये 'प्रिय!'

त्यानंतर ते ताबडतोब तिला भेटायला मुंबईला आले. तिची शारीरिक अवस्था घायाळ असली, तरी तिचं चैतन्य कधी नव्हे इतकं जिवंत होतं. त्यांना कळलं होतं की, अनू 'पलीकडे' पोहोचली आहे... जिथं पोहोचण्यासाठी सुपरयोगी घोर तपस्या करतात.

''तू संन्यास घ्यायला कधी येतेस?''

त्यांना तर सूक्ष्म-यात्रा करता येते... ते तसे उडत उडत येऊन मला घेऊन जाऊ शकतील? मला हसू आलं, पण माझ्या संवेदना हरवलेल्या चेहऱ्यावर ते दिसलं नाही.

लोकांना माझ्या ओठांचं नैसर्गिक 'पाऊट'... माझं स्मित आवडायचं.

मला माझ्या आईचंसुद्धा नाव आठवत नव्हतं, पण संन्यास नामक गोष्ट

दीर्घकाळापासून करायची राहिली आहे, अशी अस्पष्ट जाणीव होती.

संन्यास हा गुरू आणि शिष्याचा परमविवाह असतो.

अनंताशी एकरूपता.

◌੨

पुन्हा एकदा कार्टर रोडवरच्या भट्टाचार्यांच्या घरी. मी मुंबईत पहिल्यांदा आले होते तेव्हा इथे पहिल्यांदा जेवले होते : फ्राइड चिप्स ऑफ सॉल्टेड ग्रीन लेडीज फिंगर्स इन मस्टर्ड सॉस. रुचकर!

तो २००१ सालातील जून महिना होता. आदित्य इटलीहून नुकताच मुंबईला परत आला होता. त्याला आणि व्हिक्टोरियाला दोन मुलं झाली होती. ती अपल्या नाकाची इटालियन मुलगी आणि आदित्य मुलं जन्माला घालण्यात इतके गर्क होते की त्यांना सातजन्माची लग्नगाठ बांधायला वेळच मिळाला नव्हता.

''तू कुठे निघाली आहेस?'' त्यांनं विचारलं.

मी त्याला बरेच वर्षांनी भेटत होते. मी त्याला संन्यास घेत असल्याचं सांगितल्यावर तो म्हणाला, ''खास तुझ्यासाठी तयार केलेला मार्ग?''

त्याच्या चेहऱ्यावर खट्याळ भाव होते. तो गंमत करत होता, पण तो हे विनोदाने म्हणत नाहीये हे मला कळत होतं.

त्याच्या मते, मी पुरुषांच्या आयुष्यात प्रवेश केला की त्यांच्या जीवनाचा मार्गच बदलतो. त्याच्या मते मी खास होते आणि या संदर्भात काहीही करू शकत नव्हते... म्हणजे ते माझ्या हातात नव्हतं.

रिक आणि माझ्या दरम्यानच्या नाट्याचा आदित्य साक्षीदार होता.

योगाश्रम प्रमुखांनाही माझ्या करिष्म्याची भूल पडली असावी, अशी त्याला शंका होती, त्यामुळे 'बिचाऱ्या संन्याशाचं' आयुष्य पुन्हा कधीच पहिल्यासारखं होणार नाही असं त्याला वाटत होतं.

''तुला लोकांसाठी आस्थेनं काम करण्याची पार्श्वभूमी आहे. आपली पहिली भेट आठवते तुला? तू गरीब लोकांचं आयुष्य सुधारण्यासंदर्भात, सामाजिकदृष्ट्या महत्त्वपूर्ण काम करण्याचं शिक्षण घेत होतीस. तू जामा मशिदीतल्या मुस्लिम स्त्रियांच्या सबलीकरणासाठी काम करत होतीस. तू लेडी हार्डिंग हॉस्पिटलमधील मानसोपचार विभागातल्या मानसिकदृष्ट्या खचलेल्या स्त्रियांचं समुपदेशन करत होतीस. तू टीनएजर असतानाच घर सोडलं होतंस आणि कितीतरी वर्ष कितीतरी ठिकाणी भटकत होतीस... तेव्हा सत्याच्या शोधात होतीस.''

''तुला संन्यास घ्यायची गरज नाही,'' तो मृदू स्वरात म्हणाला.

पण या वेळी मी अस्थिर भटक्या मनाला तयार केलं होतं... अनपेक्षित

गोष्टीसाठी... संन्यास घेण्यासाठी. मी माझे राजस केस अगदी संन्यासी निष्ठुरतेनं तुळतुळीत कापायला तयार होते. माझी अपघातग्रस्त कवटी लहान बाळाच्या टाळूसारखी नाजूक झाली आहे, याची मला तेव्हा कल्पना नव्हती.

त्याग कर, आणि सेवेसाठी सज्ज हो... काही असेलच तर माझी एवढीच महत्त्वाकांक्षा असू दे.

संन्यास म्हणजे काय?

'जीवन २' च्या आरंभानंतर एक वर्ष आठ महिन्यांनी :

विसरू नकोस, तू संन्यासी आहेस. तू तुझा सोनेरी केशसंभार उतरवला आहेस. तुझं आयुष्य गाठोड्यात बांधलेलं नाहीये. तुला घर नाही, खोली नाही, स्वत:चा बिछानासुद्धा नाही. तू तुला जे मिळेल ते खातेस. तू बाजारातून काहीही विकत आणत नाहीस. तू योगाश्रमाच्या आवारातून क्वचितच बाहेर जातेस. तू पैसे जवळ बाळगत नाहीस. तुझ्या मालकीचं काहीही नाही. तू दागदागिने घालत नाहीस. तू रंगभूषा-प्रसाधन करत नाहीस. तू मित्रमैत्रिणी व कुटुंबाचे सगळे पाश तोडून टाकले आहेस. तू सेलफोन बाळगत नाहीस. फोन करण्यासाठी लॅन्डलाइन उपलब्ध नाही. तुला कुणी फोन केला तर तू तो कधीही घेत नाहीस. एकांतवास.

योगाश्रमाच्या आध्यात्मिकदृष्ट्या अलग राज्यात सुखसोयींची लक्ष विचलित करणारी आणि बाह्य जगाशी संपर्क करण्याची कुठलीही साधनं नसताना कुठला पर्यायच उरत नाही.

अशा वेळी काय करणार?

बोलण्यास कडक मनाई असल्यामुळे तुम्ही गप्पच बसता.

यातल्या बऱ्याच गोष्टी अर्थशून्य होत्या– पण अगं... आता तू संन्यासी आहेस. अजिबात तक्रारी करायच्या नाहीत. स्वत:ला ओळख. जे आधी डोळ्यांना दिसतं त्यापेक्षा ते कितीतरी जास्त असतं. तुझा खराखुरा 'स्व' ओळखण्याचा प्रवास सुरू झाला आहे.

संन्यास म्हणजे संपूर्ण सिद्धीसाठी संपूर्ण परित्याग.

सोडून देणे.

आम्ही दशनामी संन्यास स्वीकारला... ज्यात सर्वसंगपरित्याग आणि वैराग्य यांना महत्त्व दिलं जातं. द्रष्टे गुरू आदि शंकराचार्यांनी संन्यासाची व्याख्या 'मनाची अवस्था' अशी केली आहे.

डॅट्स फंकी. माइंड युवर माइंड, बेबी.

♋

संन्यासाच्या पहिल्या दिवशी, आधीचं आयुष्य ज्वाळांत समर्पित करण्यासाठी आम्ही मुंडणाचा विधी केला.

केसात साठलेली सगळी कर्में अग्नीच्या स्वाधीन करा. नव्याने आरंभ करा.

आमचं समारंभपूर्वक तुळतुळीत मुंडण करण्यात आलं.

माझ्या डोक्यातून रक्त आलं नसलं तरी वरून दबाव जाणवत होता. माझ्या डोक्यात आक्रंदत असलेली जखम उघडी झाली होती... जणू आघातरूपी लांडग्यानं माझा लचका तोडला असावा...

मी असहायपणे वेदनेनं कळवळत पडले होते... पाऊस, धातू आणि काचांचा मारा झेलत.

मुनीराम – वृद्ध नाभिक 'रिव्हर व्ह्यू'मध्ये (योगाश्रमाची अधिकृत इमारत) दर पंधरा दिवसांनी येत असे. त्या काही तासांत त्यानं अनेक डोकी अथक तासली होती. मुनीराम बूड टेकून बसला होता. त्याची पांढरी सुती डागाळलेली धोती त्यानं वर दुमडून बांधली होती. त्याचे कुशल हात कार्यरत होते... जमिनीवर पांढऱ्या, करड्या, तपकिरी आणि काळ्या केसांच्या बटांचा खच पडला होता. डच, इंग्रज, जर्मन, भारतीय, अमेरिकन, कोरियन, स्पॅनिश, जपानी, स्वीस... त्यांच्या अचल आकृतीभोवती केसांचा ढीग तयार होत होता. आम्ही एका मागोमाग एक नंबर लावत होतो. त्याच्या मागच्या बाजूला गंगा मूक साक्षीदार होती.

हिंदूंमध्ये बाईनं डोक्यावरचे केस उतरवणं म्हणजे तिनं तिचं स्त्रीत्व उतरवून ठेवल्यासारखं मानलं जातं. प्राचीन काळी, ज्या स्त्रिया नवऱ्याच्या चितेवर सती जात किंवा विधवा झाल्यावर विलाप करत, त्या मुंडण करत असत.

"तुमच्या दिसण्यातून, स्वरूपातून तुमची जी ओळख असते, त्यातून अहं प्रकटतो." आत्मसमर्पण कर.

नव्यानं सुरुवात करण्यासाठी केसांचा त्याग कर.

♋

नंतर आम्हाला 'समाधी हॉल'मध्ये नेण्यात आलं. या ठिकाणी, आपण डोक्यातील रितेपण शोधण्यासाठी... 'त्या' शक्तीशी पूर्णतः एकरूप होण्यासाठी ध्यान करू

शकतो. तिथली फिकट-पिवळी जमीन अतिशय स्वच्छ होती. आम्ही नवजात सर्व जण मंत्रपठण करत होतो. गुरुजींनी आम्हाला कृपाप्रसाद म्हणून संन्याशाची लाल कफनी आणि बरगंडी रंगाची छोटी शाल दिली.

तिथे संन्यास घेणाऱ्यांपैकी बहुतेक जण आयुष्यात भयंकर धक्के खाल्लेले लोक होते– न्यूझीलंडची किकी. तिनं लग्न नामक भयस्वप्नात प्रचंड मारहाण सोसली होती. तिला जगाचा वीट आला होता. ती आत्मोन्नतीसाठी व कधीही निराश न करणाऱ्या त्या श्रेष्ठ शक्तीशी जोडलं जाण्यासाठी चिरस्थायी, अढळ प्रतिज्ञा करायला तयार होती.

ॐ

साधं जीवन फार छान असतं. ते खरोखर अनावश्यक ओझं दूर करतं.

पण वसतिगृहाशेजारच्या फक्त एकाच विश्रांतीकक्षात सर्वच्या सर्व १२ मुलींनी राहायचं म्हणजे दिव्य होतं. पहाटे साडेतीन वाजता सर्व संन्यासिनी आवरून तयार होण्यासाठी रांगेत उभ्या राहायच्या. पहिलं सत्र पहाटे साडेचार वाजता सुरू होत असे– नादयोग. तिथल्या लांबच लांब कॉरिडॉर्समध्ये दबकी शांतता असे... ब्रीच कॅन्डी हॉस्पिटलसारखी. बारा मुली एका क्लोकरूमच्या रांगेत... ते जरा त्रासदायक होतं. मग मी त्यावर मार्ग शोधला... मी अडीच वाजताच उठायचं ठरवलं. ही कल्पना छान होती. काळ्याकभिन्न अंधारात बुडालेला पूर्ण मजलाच्या मजला माझा असायचा. पूर्ण माझा. त्या वेळी संन्यासीच नव्हे, तर प्राणीसुद्धा गाढ झोपलेले असत. मस्त!

आणि मीही बिनकेसांची छान होते.

"तुझं अंगभूत सामर्थ्य अधिकाधिक वाढव," योग सांगत होता. संन्यास हे फक्त त्या विश्वासाच्या कार्डावर शिक्कामोर्तब होतं.

आत्ताच्या क्षणात जग... वर्तमान क्षणात.

तुझ्या सर्वोच्च फ्रिक्वेन्सीचा प्रतिध्वनी येऊ दे. तुझ्या अंतरातल्या सर्वांत खोल कप्प्यात दडलेला शांतीचा गुप्त खजिना शोधण्यासाठी खोलवर खणत राहा. मग तो तुला सापडला की तो इतरांनाही वाट. हेच खरं प्रेम होय.

सर्वत्र फक्त प्रेमच आहे.

ॐ

'अगापेतो'च्या (स्वामीग्ली) दक्ष पंखांखाली मी 'सीनिअर' संन्याशांना अतिशय जवळून पाहत होते. आता मी त्यांची 'ज्युनिअर' असल्यामुळे ते त्यांचं संन्यासी नैराश्य माझ्यावर लादायला मोकळे असल्यासारखं वागत होते. बायकी मत्सरानं

सदाचरणी संन्यासी वर्तनाचा बुरखा पांघरला होता.

माझ्यात सातवा सेन्स जागृत झाल्यामुळे माझ्या लक्षात येत होतं की, सेक्स किंवा बहुधा त्याचा अभाव हे बहुतेकांच्या दृष्टीनं सर्वांत मोठं दुखणं होतं.

ऑगस्ट महिन्यातल्या एका उबदार दुपारी मी आभाळात नवलानं पाहत होते... एक ढग झपझप पुढे चालला होता. तितक्यात चौकड्याचौकड्याची धोती नेसलेल्या एका खेडुताकडे माझं लक्ष गेलं. त्यानं धोती वर खोचली होती. तो पामच्या प्राचीन वृक्षावर टुणुकटुणुक वर चढत होता. मी आश्चर्यानं त्याच्याकडे पाहत राहिले.

उंचच्या उंच 'पामट्रीपोज' आठ वर्षांपूर्वी ऑस्ट्रेलियाहून आली होती. तिनं तिच्या सोनेरी कुरळ्या केसांचा त्याग करून सर्वसंगपरित्यागाची शपथ घेतली होती. आनंदप्रियाच्या जवळून जाताना 'पामट्रीपोज'चं तिच्याकडे लक्ष गेलं आणि ती तिरस्कारानं काहीतरी पुटपुटली... किती अ-संन्यासी वागणं!

तिच्या स्कार्फनं झाकलेल्या कारस्थानी डोक्यानं ताबडतोब सगळीकडे पसरवलं... आनंदप्रिया त्या नारळाच्या झाडावर चढणाऱ्या माणसाकडे टक लावून पाहत होती. तेव्हा तिच्या मनात 'काल्पनिक विषयविचार' होते... त्यामुळे तिला सरळ करण्याची गरज आहे.

ती विषयासक्तीचं मूर्तिमंत उदाहरण आहे. अशी विषयवासना असलेली व्यक्ती संन्याशी कशी काय होऊ शकते? तिचा खुलेपणा सगळ्या सीमा पार करत असतो.

आम्हाला माहीतच होतं... ते घुमले.

तुम्ही जर आपण काय करायचं नाही यावर चित्त एकटवलंत, तर तुम्ही त्या गोष्टी अधिक प्रमाणात करता!

ग्रो अप, संन्यासीजनहो!

आपण किती निराधार विचार करत होतो हे एक दिवस कळेल त्यांना... आणि अशी वृद्धी आध्यात्मिक प्रगतीला किती मारक असते हेही.

त्यांच्या किरकोळ कारणावरून तक्रारी-कुरबुरी सुरू असल्या तरी आपण सर्व संन्याशांशी प्रेमानंच वागायचं असं मी ठरवलं... त्याद्वारे मला माझ्या अंतरातलं कमळ जोपासायचं होतं. कमळ... चिखलात उभं असतं, पण ते कधी पाण्याच्या एका थेंबालासुद्धा त्याच्या सौंदर्याला धक्का लावू देत नाही.

೭౩

या अपघाताचा अनूच्या वाणीवरही दुष्परिणाम घडल्याचं त्यांना फारसं माहीत नसल्यामुळे, तिच्याकडून काहीच प्रतिसाद मिळत नसल्याचं पाहून त्यांना आश्चर्य वाटत होतं. याआधी तिच्याकडून कायम ताबडतोब प्रतिसाद मिळत असे...

स्मित... आणि या गोष्टीला काही फार काळ लोटला नव्हता. शब्दांआधी स्मित फुलत असे.

पण आता, ती जवळून जाण्याच्या प्रतीक्षेत राहून, ती आली की तिला 'कशी आहेस, आनंदप्रिया?' असं विचारलं, तर ती थेट त्यांच्या नजरेला नजर देत होती... ना हास्य, ना सुंदरशा तुळतुळीत डोक्यानं काही दखल घेणारी मुद्रा... उत्तराखंडमधल्या उन्हाळ्यात ती त्यांच्यावर छाया धरणाऱ्या पाम वृक्षापासून सरळ निघून गेली होती.

त्या दिवशी सकाळी वातावरण प्रसन्न करण्यासाठी हवनविधी नुकताच संपन्न झाला होता. जंगलातील काही दुर्मिळ वनौषधी आणि तूप अग्नीला अर्पण करताना ते आनंदप्रियाकडे पाहत होते. ती पद्मासनात डोळे मिटून ध्यान करत होती. मग अग्नीच्या ज्वाळा आणि धुराच्या पडद्याआड तिची काही अंतरावर दिसणारी प्रतिमा धूसर झाली. त्यांना पूर्वीचे दिवस आठवले. त्या वेळी आजूबाजूला हजारभर लोक असताना त्यांचे डोळे एकमेकांत बुडून गेलेले असत. ती सदैव त्यांच्यासोबत... त्यांची वाट पाहत असे. तिचं अंतर्मन जसंच्या तसं होतं... ती अधिक उंच स्तरावर उडी घेण्यास सज्ज आहे असं वाटत नव्हतं... ती 'तिथे' होती. आता तिनं 'पैलतीर' पाहिला होता हे नि:संशय; पण ती हसत नाही, बोलतसुद्धा नाही.

असं वागणं चालवून घेतलं जाणार नव्हतं.

୭୨

दुपारची वेळ होती. 'रिव्हर व्ह्यू'च्या बाहेरच्या व्हरांड्यात काही संन्यासी गुरूंजवळून जाताना लवून नमस्कार करत होते. त्या सर्वांची नजर खाली होती. ते शांतपणे, कमीत कमी शारीरिक हालचाली करत चालत निघाले होते.

बहुतेकशा संन्याशांना कर्मयोग करण्यासाठी फक्त एकच विभाग दिला होता. मी मातीच्या पायांनी अजूनही 'जीवन २'मध्ये रुळू पाहत असले तरी माझ्या मनातली गुरुजींबद्दलची श्रद्धा स्पष्ट दिसत असे. जिच्याकडे एकाच वेळी अनेक विभागांची जबाबदारी सोपवलेली आहे, अशी मी एकमात्र व्यक्ती होते.

असंच एके दिवशी :

मी असंख्य फाइल्सचा गठ्ठा घेऊन निघाले होते. माझ्या कापऱ्या हातात ते ओझं पेलून नेणं माझ्या दृष्टीनं चांगलंच अवघड होतं. मी ते कसंबसं पेलत गुरुजींना नमस्कार-चमत्कार करायला न थांबता भरभर पुढे गेले.

तितक्यात मागून हसण्याचा आवाज आला, म्हणून मी मागे वळून पाहिलं आणि सर्दच झाले : ते चेहरा वेडावाकडा करून माझ्या चालण्याची म्हणजे 'मॉडेल वॉक'ची नक्कल करत होते.

माझी चाल सुयोग्य असल्यामुळे माझी 'कॅटवॉक'साठी निवड झाली होती; मी

मॉडेल बनण्यासाठी चालायला शिकले नव्हते किंवा आधी मॉडेल बनून मग कसं चालायचं ते शिकले अशातला भाग नव्हता. माझ्या आजूबाजूचे संन्यासी थबकून त्या मनोरंजनाचा आनंद घेत होते.

ते सुस्त आणि कार्टूनसारखे मजेशीर दिसत होते. विनोदी.

त्यांना खरंच माहीत नाहीये, का माहीत आहे? मीसुद्धा हसते... पण माझ्या चेहऱ्यावर ते फुललेलं दिसत नाही. माझा चेहरा ढिम्म राहतो... निश्चल.

त्यांना अतिशय आवडणारी अनूची विनोदबुद्धी कुठे गेली होती? त्यांना वाटायचं... या आघातात तिचं 'फनी बोन'ही मोडलं आहे की काय?

☙

मी माझा काळा स्कार्फ कपाळावर ओढून घेत घट्ट बांधला. कडाक्याच्या थंडीत सकाळी सहा वाजता गरमागरम चहा म्हणजे पर्वणीच असते. मी बाहेर फरसबंदीवर बसले होते. चहा पिताना मी त्या सैलसर विणलेल्या स्कार्फचं सौंदर्य पाहत होते. माझ्या पहिल्या सिनेमासाठी– आशिकीसाठी– मी निवडलेल्या डिझायनर भानू अथैयांनी रशियाहून हा काळा लोकरी स्कार्फ आणला होता. तो त्यांचा मौल्यवान ठेवा होता, तरी त्यांनी तो मला देऊन टाकला होता. तो स्कार्फ हातात घेताना माझं मन कृतज्ञतेनं भरून आलं. त्यांची इतकी आवडती वस्तू मला देऊन टाकण्याइतकी त्यांना माझ्याबद्दल आत्मीयता वाटली होती, त्यामुळे मला आपण फार 'खास' असल्यासारखं वाटलं होतं. त्या वेळी कुटुंब आणि घरातल्या सुखसोयींपासून दूर, मुंबईत एकटं राहताना माझ्यासाठी हे प्रेम फार गरजेचं होतं.

या स्कार्फच्या जोडीला, माझ्याकडे लोकरी, गवती आणि क्रोशाच्या हॅट्स होत्या, मी परदेशातून आणलेल्या. आत्ता इथे त्या कामी आल्या होत्या. त्या काळ्या रंगाच्या होत्या. इथे काळा रंग संन्याशांनी परिधान केलेला चालतो असं मला श्री. 'लोटसमाऊंटनपोज'नं सांगितलं होतं.

गैरवर्तन, अपमान आणि इजा नम्रपणे स्वीकारायला शिकणं हा संन्यासाचा भागच असतो.

थंडीनं गारठलेल्या सकाळी उबदार सूर्यकिरण पसरू लागले होते. मी इकडे तिकडे फिरत होते. अकरा वाजेपर्यंत काळ्या स्कार्फमधली लोकर चांगली गरम झाली होती. मला भयंकर उकडू लागल्यामुळे मी स्कार्फ सोडला. तो माझ्या उघड्या डोक्यावरून उडून मी जिथं बसले होते, तिथे जमिनीवरच्या धुळीनं माखलेल्या धुरीवर पडला.

☙

त्या दिवशी मी दुपारी जेवायला बसलेली असताना–

''आज सकाळी तू काय घातलं होतंस?''

मी पहिला घास घेतेय तेवढ्यात प्रश्न आला. तो प्रश्न मला विचारला आहे, हेही मला नीटसं कळलं नव्हतं.

अगापेतो माझ्या समोर उभे होते. त्यांच्या डोळ्यांत आग धुमसत होती. ते दोन्ही पाय फाकून तावात उभे होते. त्यांचा यौगिक, घोटीव देह प्रश्नार्थक मुद्रेत होता. त्यांच्या देहबोलीतून ते आरोप करत आहेत हे कळत होतं.

माझ्या प्रचंड कोरड्या तोंडातला कोरडा घास गिळला जावा, यासाठी मी थोडं पाणी प्यायले, पण मला एकदम धक्का बसल्यामुळे ते माझ्या तोंडातून बाहेर पडलं. ते पाहून माझ्या आजूबाजूच्या काही संन्याशांनी वरच्या ओठाला मुरड घालून नापसंती दर्शवली.

ते कशाबद्दल विचारत होते?

त्यांचा आवाज चढला.

''तू तो विग का घातला होतास?''

त्यांच्या अनपेक्षित हल्ल्यानं मी बावरले. मला जी यौगिक तणावमुक्ती जाणवत होती, ती त्यांनी हिरावली होती. विग?

''जेवताना बोलू नये असं योग सांगतो.''

माझ्या तोंडून चाचरत अडखळत शब्द बाहेर पडला. विग?

आपण नंतर बोलू या का? मला त्यांना विनंती करायची होती. पण माझ्या तोंडून काही शब्दच फुटला नाही.

त्यांनी माझ्या मूक विचारमग्नतेकडे लक्षही दिलं नाही.

ते चिडखोरपणा करत होते... आणि ते अतिशय अशोभनीय होतं. इतर संन्याशांसमोर माझ्या सहज, मैत्रीपूर्ण स्वरामुळे ते चिडले होते का? ते कुणाला उद्देशून बोलायचे तेव्हा, सामान्यत: ती व्यक्ती आदर दाखवण्यासाठी उठून उभी राहत असे किंवा जिराफानं गिळलं आहे अशी दिसत असे.

''असं म्हणतात की, तुम्ही संन्यास घेता तेव्हा तुमचं तुमच्या गुरूशी लग्न होतं. तो तुम्हाला वाईट पद्धतीनं वागवू शकतो, पण ते सगळं तुमच्या भल्यासाठी असतं.''

अरे देवा! घटस्फोट ही आध्यात्मिक जबाबदारी बनणार याचा मी विचार केला होता का? हा हा... शोबिझमध्ये असताना मी कितीही पैसे मिळणार असले तरी कधी विग घालायला होकार दिला नव्हता.

त्यांच्या आरोपात काहीच अर्थ नव्हता.

हिवाळ्यातल्या वाऱ्याच्या थंडगार झुळकीनं मला त्यांच्या बोलण्याचा संदर्भ

लक्षात आला... पात्यासारखा सपकन. ते माझ्या स्कार्फला चुकून विग समजले असावेत!

तो विग नव्हता, स्कार्फ होता हे मी त्यांना सांगणं आवश्यक होतं; पण मी सांगू शकले नाही. मी अडखळतसुद्धा बोलले नाही. माझे ओठ निश्चल होते... संवेदनाहीन. माझा मोडका जबडा घट्ट स्क्रूनी बंद झाला होता.

मी बोलू शकत नव्हते. मेंदू प्रेरणासुद्धा देत नव्हता. मला योग्य असलेली कुठली गोष्ट सांगताच येत नव्हती. मला माझ्या मनात एक मोठं विवर दिसत होतं. अगणित शब्द मनाच्या दाराबाहेर भांडताना दिसत होते. सगळ्यांनाच आधी प्रवेश हवा होता... पण सर्वांनाच आत प्रवेश बंद होता.

मी हतबुद्ध झाले होते. मला माझी बाजू सांगता येत नव्हती. स्कार्फ, गोंडे, रशियन असे शब्द माझ्या संवेदना हरवलेल्या बधिर डोक्यात येतच नव्हते.

मी बेसावध असताना सापडले होते. कुणीतरी माझा गळा दाबत असल्यासारखं मला वाटत होतं... माझी घुसमट होत होती. माझं हृदय तिथल्या यौगिक दिनक्रमात व एकांतात शांत होतं, ते या धक्क्यानं विदीर्ण झालं होतं. त्याचे ठोके अकल्पित वेगानं वाढले होते.

हा गैरसमज होता, का ही काहीतरी विचित्र समजूत होती... अभिनेत्यांच्या विग घालण्याबद्दल त्यांच्या मनात असलेली? का हा त्यांचा विगबद्दलचा व्यक्तिगत तिरस्कार प्रकट झाला होता? का त्यांनाच केसांची उणीव जाणवत होती, कारण त्यांनीही मुंडण केलेलं होतं – ते वयाच्या अवघ्या चौथ्या वर्षी संन्यासी झाले होते.

ते आरडाओरडा करतच होते. मग ते सिनेमांवर घसरले... सगळ्या नटांची वृत्ती कशी 'चीप' आणि बेजबाबदार असते (बुलशिट... माझ्या मनात आलं) याचा विशेष उद्धार झाला... ते ओरडत होते, अनुदार वक्तव्य करत होते... किंचाळताना त्यांना श्वाससुद्धा पुरत नव्हता.

आज मी चित्रपटतारका नाही...

त्या दिवशी माझ्या मनात दोन गोष्टी स्पष्ट झाल्या –

१) की, एखाद्या व्यक्तीनं कितीही ज्ञानी असणं अपेक्षित असलं आणि ती व्यक्ती जाहिररीत्या तसं म्हणत असली, तरी ती व्यक्ती परमेश्वर नाही. मी आध्यात्मिक संस्थांची प्रस्थं आणि गुरू पाहिले होते. आणि मी सामान्यत: संन्यासी जशा नव्या जीवनाचा आरंभ करतात, तसा करत नव्हते. माझं नवं जीवन याआधीच सुरू झालं होतं... त्या भीषण अपघातानंतर माझ्या नव्या जीवनाचा आरंभ झाला होता. मी पुन्हा नव्याने जन्मले होते. 'जीवन २'.

२) मी इथून निघून जाण्यास मुक्त आहे. मी आत्ताच्या आत्ता इथून निघू शकते. अनूसाठी राहण्यापेक्षा निघून जाणं हे नेहमीच सोपं होतं. ती सरळ उठून बाहेर पडू

शकली असती. घरी परत गेली असती... संन्यासाच्या नावाखाली चाललेल्या त्या चिडक्या मूर्खपणाकडे परत वळली नसती.

अकस्मात मला आपण हे खरंच करू शकू असं वाटलं. मी तिथून ताबडतोब बाहेर पडू शकते हे मला कळत होतं... मी अगदी त्या टोकापर्यंत पोहोचलेली होते.

पण माझ्या आतला आवाज म्हणाला :

आपण काहीतरी वेगळं करू या, आपण इथेच राहू या – मुकाट्यानं सोसू या.

असला असह्य कठोरपणा सोसणं अशक्य होतं. जमिनीवर मांडी घालून बसलेल्या संन्याशांना त्यांच्या गुरूची ही बाजू पहिल्यांदाच पाहायला मिळाली होती. अनूनं हा अगम्य अपमान सहन करायची गरज नव्हती. ती तारका भडकून नक्की निघून जाणार... त्यांना वाटत होतं.

ॐ

''ये.''

आम्ही त्यांच्या पेंटहाउसच्या गच्चीवर होतो... जणू स्वर्गचं प्रवेशद्वारच. तिन्ही बाजूच्या खिडक्यांतून जंगल...जमीन... पर्वत... आजूबाजूचा नयनमनोहर नजारा दिसत होता.

आणि संमोहित करणारं आभाळ.

''मी पाहिलेल्या हजारो लोकांत, तुला संन्यासाचं दुर्मिळ वरदान आहे.''

ते आध्यात्मिक साधक, त्यांचे शिष्य आणि योगश्रद्ध लोकांबद्दल बोलत आहेत हे मला कळत होतं. असं कौतुक ही दुर्मिळ गोष्ट होती. साधारणपणे गुरू संन्याशांच्या चुका दाखवण्यात तत्पर असतात.

अकस्मात माझ्या डोक्यात वीज चमकली... म्हणजे 'विग' ही माझी परीक्षा होती तर! संन्यासाच्या अंतिम परीक्षेत बहुतेकसे संन्यासप्रार्थी अडखळून पडतात. मी तिथेच राहिले यातून माझा अहं मी ज्या वैश्विक वास्तवात आहे त्यापेक्षा छोटा होता, हे दिसलं. अगापेतो, कसली अजब परीक्षा ही! माझ्या मनातसुद्धा आलं नव्हतं.

धन्यवाद!... तोंडी नव्हतं, पण आमच्या दरम्यान विचारलहरी प्रक्षेपित झाल्या. आम्ही एकाच 'फ्रिक्वेन्सी'वर होतो... एकाच रेडिओ स्टेशनवर.

मंत्रोच्चारात असतं तसं : सर्वप्रथम तुम्ही मौखिक मंत्रोच्चार करता. पुढची पायरी म्हणजे तुम्ही त्याचं मौखिक पठण न करता मनातल्या मनात करता. तिसऱ्या टप्प्यावर ती लहर बनते आणि अवकाशात उच्च स्तरावर प्रक्षेपित होते. आणि अंतिम टप्प्यात तुम्ही मूलस्रोताशी एकरूप होता.

त्यांनी मला तिथे कायमचं राहायला येण्याचं निमंत्रण दिलं. त्यांनी मला सर्वोच्च स्थान देऊ केलं.

त्यांनी माझ्यापुढे बऱ्याच कल्पना मांडल्या आणि मला निवडीचं स्वातंत्र्य दिलं.

खेड्यात वृद्धांसाठी तुझा स्वत:चा योगी प्रकल्प सुरू कर. तरुण उपवर मुलींना कसं जगावं याचे धडे दे. पाच ते चौदा वर्षे वयोगटातील लक्षावधी मुलांना योगशिक्षणात साहाय्य कर...

योग विभागामार्फत लोकांना साहाय्य करण्यासाठी मला पुरेसं स्वातंत्र्य देण्याइतका त्यांचा माझ्यावर विश्वास होता.

मी गुडघ्याशी पाय दुमडून बसलेली जमिनीवर उताणी आडवी झाले. पाय सरळ रेषेत पसरून. मग मी माझी कफनी छातीच्या पिंजऱ्यापर्यंत वर उचलली... माझ्या सोनेरी-गव्हाळ मार्शमेलो त्वचेवर चाळीस इंच लांबीचा व्रण कोरल्यासारखा दिसत होता. मी लहान असताना माझ्या आईला जसं दाखवायचे तसं मी अगापेतोना मला डॉक्टरांनी त्यांच्या सुऱ्यांनी कुठे कुठे कापून ते शिवलं होतं ते दाखवलं.

ते जराही विलंब न लावता खाली वाकले आणि पिल्लाला सांभाळणाऱ्या मांजरीच्या आपुलकीच्या नजरेनं तो व्रण पाहू लागले... त्यांचा प्रतिसाद तत्पर होता.

प्राण्यांमधली ती सजगता मला फार भावते. त्यामुळेच माझा स्वत:च्या सजगतेवर शोधप्रवास सुरू झाला.

त्यांची यौगिक सडपातळ बोटं माझ्या पोटावरच्या सर्पाकृती व्रणावरून हळुवारपणे फिरू लागली... इतकी हळुवारपणे की त्यांना जणू स्पर्शानं ते बरे करायचे असावेत.

मी उठले. कफनी ठीकठाक केली. मी त्यांना जाहिरात संस्थेतली एक मुलगी विमानानं माझ्यामागून इथे आल्याचं आणि तिनं मला 'कार्टिअर' घड्याळांच्या जाहिरातीची ऑफर दिल्याचं सांगितलं.

''मी योगाशी संबंधित कशासाठीही मॉडलिंग करीन,'' असं म्हणून मी खांदे उडवले.

ते ज्या अनूला ओळखत होते, तिच्यासारखं हे बोलणं होतं. अनूसारखं. त्यांना ते ऐकून छान वाटलं. ती जे करते त्याबाबत ती ठाम असते. त्यांना तिच्या या गोष्टीचं कौतुक होतं.

मग त्यांनी मला घट्ट आश्वासक आलिंगन दिलं आणि मी तिथून माझा बाडबिस्तारा आवरून निघाले.

नि:स्वार्थ सेवेसाठी आयुष्य समर्पित करणं ही अतिशय मोहक कल्पना होती... लॉंचिंग पॅडवरून रॉकेटनं झेप घ्यावी तशी मी माझं अद्याप बाकी असलेलं अखेरचं काम पूर्ण करण्यासाठी निघाले... माझी मालमत्ता विकण्यासाठी.

पुन्हा शहरात...

मी सकाळी डेहराडून-मुंबई विमानानं निघाले. काही प्रवासी माझ्याकडे कुतूहलानं पाहत होते. आता माझे केस अगदी आखूड होते... कानाच्याही वर.

मला संन्यास घेऊन काय मिळालं?... मी स्वतःला प्रश्न केला.

पवित्र आणि अथांग गंगा नदीच्या आणि देवगिरीवनच्या नयनमनोहर सृष्टिसौंदर्याच्या सहवासात असताना काही मूलभूत गोष्टी स्पष्ट झाल्या होत्या.

माझी मनोभूमिका अशा व्यक्तीची आहे – जी गरजू नाही, अजिबात नाही. त्यामुळे मी माझं देऊन टाकायला तयार आहे.

मला माझ्या सोबत असलेल्या लोकांकडून किंवा एकूणच आयुष्याकडून फारशी अपेक्षा नव्हती.

माझी काळजी घेतली जात आहे, यावर विश्वास असल्यामुळे माझी काळजी घेण्यासाठी मला कुठल्या पुरुषाची गरज नाही; जर कधी गरज लागली, तर योग्य पुरुष प्रकट होईल.

माझी शारीरिक अवस्था अजून अत्युत्तम म्हणण्यासारखी नाही, पण माझ्यात माझे पाय जमिनीवर टेकण्याची ताकद आहे. (आता माझे दोन्ही पाय जमिनीवर बऱ्यापैकी टेकतात. मला अगदी व्यवस्थित नसलं तरी बोलता येऊ लागलं आहे. मी बरं होण्याच्या आश्चर्यकारक/विलक्षण मार्गावर आहे.)

॰॰॰

क्ष-किरण रिपोर्ट आले. सगळं अगदी छान जुळलेलं दिसत होतं. दंडातलं हाड नीट झालेलं दिसत होतं. यौगिक संयोग? मी मनातल्या मनात हसले.

''आपण तुमच्या दंडात घातलेला 'आधार' काढून टाकू या... तुमच्या शरीरात धातूचा तुकडा ठेवण्याच्या दृष्टीनं तुम्ही खूपच तरुण आहात, तुम्हाला आता त्या आधाराची गरज नाही,'' डॉ. केकू म्हणाले.

''तुमचा हात त्याच्या पायावर उभा आहे,'' ते हसून म्हणाले.

माझ्या झटपट बरं होण्याचा त्यांना अर्थातच आनंद झाला होता.

डॉक्टर जी छोटी शस्त्रक्रिया करण्याबाबत सांगत होते (तू ज्यातून पार झाली आहेस त्या तुलनेत हे काहीच नाही मुली!) ती मला भूल न घेता करून घ्यायची होती, पण डॉक्टरच घाबरले.

अनू वेदनेपलीकडे जाऊ शकते.

पुन्हा एकदा हॉस्पिटलच्या बेडवर होते. भूल उतरली तशी मी जागी झाले.

त्या रंगहीन, अंधाच्या खोलीत हवा साकळल्यासारखी वाटत होती. अनपेक्षित जडपणा आला होता.

तेवढ्यात माझं लक्ष माझ्या हाताकडे गेलं आणि मी भीतीनं थिजले. माझ्या खांद्यापासून बोटांपर्यंत भलंमोठं बॅन्डेज बांधलेलं दिसलं.

का? माझ्यावर पहिली शस्त्रक्रिया झाली तेव्हा त्यांनी रॉड बसवला होता, तेव्हासुद्धा जे प्लॅस्टर घातलं होतं ते याच्या निम्म्या लांबीचं होतं... फक्त खांद्यापासून कोपरापर्यंत होतं.

त्या जाडजूड बंडलात जुन्या जखमेवर डॉक्टरांच्या सुऱ्यांनी केलेले घाव लपले होते...

धमन्यांच्या भोवतीच्या चरबीयुक्त आवरणानं त्यांना नक्की विरोध केला असणार...

अंधार दाटून आला होता. मी पुन्हा घरी आले होते... समुद्र बदलाच्या लाटा उलगडत होता.

दुसऱ्या दिवशी संध्याकाळी, मी डॉक्टरांच्या मलबार हिलमधील होम-क्लिनिकमध्ये गेले. विटांच्या रुक्ष भिंतीवर पसरलेल्या वेली तिची शोभा वाढवत होत्या.

मी सर्जरीरूममध्ये आडवं न होता डॉक्टरांच्या समोर बसले. मजबूत बांध्याचे डॉक्टर थंड होते, पण अस्वस्थ दिसत होते.

''यू नो... तुमच्या हातात बसवलेली धातूची पट्टी काढण्यासाठी त्वचेचा छेद घेतला तेव्हा टाके नागमोडी होते, ते जसे असायला हवे होते तसे नव्हते...''

माझ्यातल्या लहान मुलानं डोकं वर काढलं. हे नाटक समज. हं.

ते कंप लपवण्याचा प्रयत्न करत म्हणाले, ''नस कापली गेली... मला माहीत नव्हतं... मला दिसली नाही...''

''क्काय?''

''तुम्ही नस कापलीत?''

''गंमत करताय ना डॉक्टर... खरं सांगा. असं नाही होऊ शकत...''

मला हजारो सुया टोचल्या.

''सांगा... हे दु:स्वप्न आहे...''

डॉ. केकूंनी नस कापली गेल्याचं हुशारीनं लपवण्यासाठी भलंमोठं प्लॅस्टर केलं होतं तर.

हुशारी होती; पण तितकी नाही.

त्यांनी माझा उजवा हात पूर्णत: निर्बल केला होता. शस्त्रक्रियेदरम्यान त्यांनी पाच मुख्य नसांपैकी एक नस कापली होती.

दंडापासून खाली येणाऱ्या या नसेमुळे मनगट व बोटांची हालचाल होते. याच नसेचं कार्य थांबल्यामुळे 'रिस्ट ड्रॉप' होणारच होतं.

त्यामुळे मी डोळे मिटले तर... अंगठा नाही, पहिलं बोट नाही, मधलं बोट नाही, चौथं बोट नाही, करंगळी नाही... नखं नाहीत. तळहात नाही. तळव्यावरच्या त्वचेची जाणीव नाही. पंज्याच्या वरच्या बाजूलाही त्वचा नाही. माझं मनगट जणू देहापासून अलग झालं होतं. मला हात नव्हता... कोपरापासून खालचा भाग नव्हता. कोपर नव्हतं. दंड नव्हता. माझ्या हळव्या मनात निराशेचे ढग दाटून आले होते. पुन्हा. तीन वर्षांनी.

मला पुन्हा जोराचा तडाखा बसला होता.

हेही सरेल.

खोल... खोलवर जा...

मी ध्यान सुरू केलं.

आणखी खोल जा.

पोकळीपर्यंत जा... शांतीपर्यंत जा...

৩২

दुसऱ्या दिवशी सकाळी एक सुंदर नाजूक डच प्लेट... लालचुटुक गुलाब आणि फिकट हिरवी पानं कोरलेली... डॉ. केकूंकडे रवाना होणार होती.

भेट. त्यांचं दु:खं हलकं करण्यासाठी. कुणाला ते जाणवत नाही. तेही ते दाखवत नाहीत. पण मला माहीत आहे, त्यांना ते जाणवतंय.

''*मान गये तुमको,*'' माझी आई म्हणाली, ''*जिस आदमी ने तुम्हारी हानी करी है, उसे तुमने तोहफा दे दिया? भई, हम तो नहीं कर पाते... तुम वाकई में संत हो गयी हो.*''

(ज्या माणसानं तुझं नुकसान केलं आहे त्याला तू भेट दिलीस? धन्य आहे!

मी तरी हे कधीही करू शकले नसते. तू खरंच संतपदी पोहोचली आहेस.)

मी लाजून हसले. मी काहीही केलं नाही. मी 'कर्ता' नाही.

૭૨

श्वास आणि उच्छ्वास या दरम्यानचं अंतर वाढवा... आत जाणाऱ्या आणि बाहेर पडणाऱ्या श्वासांदरम्यानचं अंतर बघा... फक्त बघा...

महिन्याभराच्या सरावानंतर एके दिवशी माझा श्वास पूर्ण थांबला. श्वासोच्छ्वासा-दरम्यानच्या दीर्घ विरामात मी अतिशय प्रगाढ, शांत अवस्थेत प्रवेश केला. तिथे मला श्वासाची अजिबात गरज उरली नव्हती. अचानक माझं सर्वांग थरथरू लागलं. बीटरनं अंडी फेटावीत तशी आतली ऊर्जा फेटली जातेय असं वाटत होतं. मी बाहेरून ते पाहत असल्यासारखं पाहत राहिले.

ही देहातीत अनूभवाचीच पुढची पायरी होती का... जी मी मृत्यूच्या उंबरठ्यावर असताना/शस्त्रक्रियेदरम्यान अनूभवली होती?

ती शांती किती गडद होती... ती माझ्या देहात झिरपली. अकस्मात स्फोट झाला... सुखाचं अत्युच्च शिखर... ऑरगॅझम... आणि मी स्वतःला माझ्या भोवतीच्या अवकाशात वेगानं भ्रमण करताना पाहत होते.

संन्यास घेतल्यापासून माझा दिनक्रम कडक व काटेकोर होता : दुपारी बारानंतर कुठलाही घनपदार्थ खायचा नाही, दिवसभरात एकच जेवण, खोटं बोलायचं नाही, फसवायचं नाही. लैंगिक गैरवर्तन नाही, ड्रग्ज नाहीत आणि खायला जे काही आणि जेव्हा दिलं जाईल त्याबद्दल पूर्ण मौन पाळायचं... अगदी शिस्तीनं.

मी आजवर अनूभवलेल्या सर्वोत्तम लैंगिक ऑरगॅझमपेक्षा हा अनूभव हजारपट चांगला असल्यामुळे संन्यासी असणं छान वाटत होतं.

आणि निःस्वार्थी भावनेनं केलेला कर्मयोग विलक्षण होता. अचानक, याबद्दल मी कुणाला सांगू शकते की नाही या गोष्टीला फारसं महत्त्व उरलं नाही.

૭૨

मी मुंबईत होते. डोक्यात विचाराचे घण पडत होते : मी माझी मालमत्ता विकण्याच्या निर्णयावर अजूनही ठाम आहे? कोणत्याही कारणामुळे मी योगाश्रमात परत जाणार नसले तरीही?

माझ्या फ्लॅट विकायच्या निर्णयाला कुणाचाही पाठिंबा नव्हता.

तू फ्लॅट भाड्यानं का देत नाहीस?

हा पर्याय असू शकतो, पण इथे मी माझं संन्यस्त वैराग्य सिद्ध करण्यासाठी

माझा अखेरचा पाशही तोडू इच्छित आहे... मग माझा हा निर्णय कितीही वेडगळ वाटला तरी!

फ्लॅट विकण्याचा विषय अजून प्रलंबित होता. माझी त्या मिळकतीशी गोवणूक नव्हती, तरी मी स्वतःला संन्यासी मानून अजूनही जगत होते. मी कुठेही असले तरी कर्मयोग सुरूच राहील.

माझ्या अगापेतोंशी झालेल्या अखेरच्या संभाषणात (त्या वेळी मला ते अखेरचं ठरणार आहे याची जराही कल्पना नव्हती.) ते म्हणाले होते, ''आता तू कुठेही राहू शकतेस... पण इथे येऊन राहा...''

माझी दुखावलेली नस आणि हात बरा होत होता; पण त्याला वेळ लागणार होता... तुला सगळं प्रकाशवेगापेक्षा जलद घडायला हवं असतं! हॉं... मी या आयुष्य बदलून टाकणाऱ्या घटनांसोबत रडतखडत, खडखडत जायला तयार नव्हते. मग मी नव्या उपयुक्त युक्त्या वापरून स्वतःमध्ये कौशल्ये निर्माण केली.

मी डाव्या हातानं काटा चमचा वापरायला शिकले आणि त्याचा सरावही केला.

आणि वेदना जागृती निर्माण करते असंही माझ्या लक्षात आलं आणि 'स्व' जागृत करणं हे जागृतीचं सर्वोच्च स्वरूप असतं, असं सूत्रांत सांगितलं आहे.

दुसऱ्या दिवशी सकाळी मी बिल्डिंगच्या ऑफिसमध्ये गेले. फ्लॅट नं. ५०३, गोदावरी विकायचा आहे या गोष्टीची मला त्यांना कल्पना द्यायची होती.

मी वरळी हिलमधील को-ऑपरेटिव्ह हाउसिंग सोसायटीच्या ऑफिसमध्ये गेले, तेव्हा तिथल्या गडद करडा खादीचा कुर्ता आणि कडक पांढरा पायजमा घातलेल्या व्यवस्थापकानं माझ्याकडे पाहून स्मित केलं.

''ही बिल्डिंग ऐंशीच्या सुरुवातीची आहे. अनू, तुम्ही इथल्या पहिल्याच अ-राजकारणी खरेदीदार होता. आणि आता तुम्ही जे म्हणताय त्यावरून, इथला फ्लॅट विकणाऱ्याही तुम्ही पहिल्याच अ-राजकारणी व्यक्ती आहात.''

मी काय काय पार केलं आहे याची त्याला कल्पना नव्हती.

''कुणाला हा फ्लॅट घेण्यात रस असेल तर मला सांगाल ना?'' मी मि. स्वतंत्ररामना विचारलं.

೭೨

अखेर, मी माझी मालमत्ता विकली... परिग्रहाचं सगळं ओझं उतरलं होतं... सगळी मिळून अकरा खोकी झाली. त्यातली दहा खोकी मी धारावीतल्या 'जरूरत' या एनजीओला भेट दिली.

मला खेडोपाडी योगी वृद्धाश्रम सुरू करायचे होते, खेडूत मुलींना सायकल

चालवण्याचं, इंग्लिश बोलण्याचं शिक्षण घ्यायचं होतं, योगी पद्धतीनं त्यांची जडणघडण करायची होती... या सगळ्यासाठी माझ्या मिळकतीतला निम्मा किंवा त्यापेक्षा जास्त वाटासुद्धा घावा लागला असता... फ्लॅट विकल्यामुळे मला ते पैसे उभे करता आले.

पण निसर्गानं वेगळीच धून सुरू केली होती... माझ्या कामातला... सक्रिय हात काही काळासाठी का असेना, पण मृतवत झाला होता.

೮૩

गेल्या काही वर्षांत, मी जिथं असेन तिथे, विविध तंत्रांवर संशोधन केलं होतं... त्यांची पद्धती वेगवेगळी असते, पण फलनिष्पत्ती एकच असते. मी शैवतांत्रिक परंपरेतील नागबाबांसोबत फिरले; काही ध्यानपद्धतींनी मला रडणं-हसणं यांपासून दूर... 'द मिस्टिक रोज' रजनिशांच्या 'औषधविरहित औषधा'पर्यंत नेलं, मी 'क्रेनिओसॅक्रल' उपचारपद्धतीबद्दल ज्ञान मिळवलं, बौद्ध ध्यानकेंद्रात ध्यान केलं आणि तिथली व्यवस्था सांभाळली; माणसाच्या अंतरंगातील नैसर्गिक अद्भुत घटना जाणण्यासाठी तीक्ष्ण दृष्टी मिळावी, यासाठी विपश्यनेचा उपयोग केला. मन आणि वस्तू यांदरम्यानच्या वैश्विक मिलाफासंदर्भात अघोरी बाबांनी सुरू केलेल्या तांत्रिक संप्रदायात सहभागी झाले.

मी माझ्या अंतस्वराशी सूर मिळवला आणि थेट जाणिवेशी मिलाफ साधला. त्या जोडीनं शांती आणि चिंतन यांच्याद्वारे मी बरी झाले.

वैश्विक जाणीव आणि वैकल्पिक योगोपचार पद्धती, तसंच क्षणस्थतेचं भान यांचाही वापर केला. मला आपण कोण आहोत हे कळलं. सर्वत्र फक्त प्रेमच आहे.

೮૩

मी पुन्हा या शहरात आले होते, पण या वेळी, मी ज्याला 'माझं' म्हणू शकेन असं घर नव्हतं.

माझ्या आतल्या आवाजानं मला सांगितलं : लिही. सर्वांना सांग.

भाड्यानं जागा घ्यायची तर कसली जागा घ्यायची? बजेट? माझे चार्टर्ड अकाउंटंट विनोदानं म्हणतात की फ्लॅट विकून आलेले पैसे आणि माझी ग्लॅमर इंडस्ट्रीत मिळालेल्या पैशातून केलेली पूर्वीची बचत व गुंतवणूक मिळून भरपूर आहे... आवश्यकतेपेक्षा जास्त... तेव्हा त्यांच्या चेहऱ्यावर धूर्त स्मित असतं.

''तुम्ही तुम्हाला हवी तेवढ्या भाड्याची जागा ठरवा, पैशाची काही अडचण नाही.''

उपजीविकेसाठी थोडे पैसे राखून ठेव, म्हणजे तुला योगाच्या अध्यापनाचे पैसे

घ्यावे लागणार नाहीत.

योग नि:शुल्क शिकवायचा... त्यांना मुक्त करण्यासाठी योग शिकवायचा... असा माझा विचार होता.

तू जशी आहेस तशी राहा.

तुझं शहरात हेच काम आहे... त्यासाठीच तुला इथे पुन्हा खेचून आणलं गेलं आहे.

೧

पानासारखी हो.

तुम्ही जर एखादं पान पाण्यात टाकलंत, तर ते वाहत जातं... पाण्याच्या प्रवाहासोबत. तसं आयुष्य वाहत जाऊ दे... कसल्याही निर्बंधांविना.

तुम्ही जर ते अडवायचा प्रयत्न केलात, तर पाणी स्वत:चा मार्ग शोधेल आणि दुसऱ्या मार्गानं जाईल.

तुम्ही जर त्या प्रवाहाला त्याच्यासोबत तुम्हालाही नेऊ दिलंत, तर त्याची शक्ती तुमची शक्ती बनेल.

भूतकाळ मागे सोडून या. क्षणात जगा.

मी आज इथे आहे ती लोकांना सोडू शकत नाही म्हणून नाही, मी इथे आहे ती त्यांच्या प्रेमामुळे... त्यांना मी इथे यायला हवी होते.

मी आज जिवंत आहे आणि माझं स्वप्न जगत आहे, ते फक्त त्यांच्यामुळेच शक्य झालं आहे.

तितक्यात शांतीनं माझी विचारशृंखला तोडली,
"मॅडम, तुमचा फोन आहे. बॉलिवूडमधले दिग्दर्शक..."

समारोप

संन्यासानं माझ्यात किमया घडवली होती... 'अल्केमिक' बदल घडवले होते.

आता संन्यासी वस्त्रांचा संकेत उरला नव्हता. आता मी मुंडणही करत नव्हते. मी संन्यास अंतरात भिनवला होता.

आयुष्यभर मी ज्या महिला सबलीकरणासाठी कार्य केलं, त्यापेक्षा मानवी सबलीकरण माझ्यासाठी महत्त्वाचं झालं होतं.

अत्यल्प गरजा आणि साध्या इच्छा यामुळे अशी जीवनशैली तयार झाली होती, ज्यात मी कमीत कमी गोष्टींत सुखकर आयुष्य जगत होते. माझं चित्त एकाग्र होतं ते कर्मयोगावर... मग मी कुठेही असो...

स्वत:ला ओळख... इतरांना क्षमा कर... वाहत राहा.

मी माझ्यातल्या उणिवा स्वीकारल्या आहेत.

स्वीकार.

माझ्यापाशी जे आहे त्याबद्दल मी आभारी आहे.

कृतज्ञता.

माझ्या वृत्तीतील बदलांचं मी बरी होण्यात साहाय्य झालं.

मी भारताच्या 'ताइल्ड वेस्ट' – कच्छमध्ये ध्यानकेंद्राचं व्यवस्थापन पाहत होते, तेव्हा माझ्या लक्षात आलं की, मला इतरांना मदत करण्यात सर्वाधिक आनंद मिळतो.

मुंबईत मी झोपडपट्टीतल्या मुलांसाठी काम करते. मी ज्या 'हिलिंग मोड्यूल'वर संशोधन केलं आहे, त्यानं माझ्यात रूपबदल घडवला आहे... 'अनूफन योगा'... माझी योग शिकवण्याची पद्धत. झोपडपट्टीतील निराश मुलांना आनंदानं उड्या

मारताना पाहणं फार समाधानाचं असतं.

कृतीत उतरलेली अनूकंपा.

माझं आयुष्य... शेक्सपिअरचं नाटक... तांत्रिक ज्ञानाची किनार असलेली ग्रीक पौराणिक कथा.

स्वामींग्ली.

धन्यवाद, अगापेतो... मला बिनशर्त प्रेमाचा अर्थ अधिकृतरीत्या दर्शवल्याबद्दल. आपण नक्षत्रलोकात भेटू.

परमानंद हा आरंभबिंदू असतो.

मी शांतीचा शोध घेत होते... मला शांती सापडली होती... माझ्या अस्तित्वाच्या गाभ्यातला मोती. शांतीच्या बेड्या आणि डोळ्यांवरच्या पट्ट्या. कमळ उमललं... मज्जारज्जूपासून माथ्यापर्यंत...

मी अजूनही कधीतरी डान्स फ्लोअरवर थिरकते... पॉप वा रॉक संगीतावर मनमुराद नाचते, पण बॉलिवूडमधली एकही ऑफर मला भुरळ पाडू शकली नाही.

सूक्ष्म यात्रा घडते. तुम्ही 'पैलतीर' पाहिलात की तुमची स्वप्ने बदलू शकता...

पण भविष्य कुणी जाणलं आहे? जेव्हा तुमच्या मनाची दारं खुली असतात, तेव्हा काहीही शक्य असतं.

आयुष्य उत्सव आहे.

सर्वत्र फक्त प्रेमच आहे.

◆

माझा उगम आनंदातून होतो, मी आनंदात जगतो, मी आनंदात विलीन होईन.

- तैत्तिरीय उपनिषद

अनूंनी वाचणे हा डॉक्टरांच्या मते चमत्कार आहे. त्या PTSD, कोमा व पक्षाघातातून स्व-उपचारांनी बच्या झाल्या. आता त्या त्यांच्या फाउंडेशनच्या माध्यमातून समाजापर्यंत हा उपचारक चमत्कार पोहोचवण्याचे कार्य करतात.

'अनू अगरवाल फाउंडेशन' या ना-नफा तत्त्वावरील संस्थेला दिलेल्या सर्व देणग्या थेट समाजसेवेसाठी वापरल्या जातात.

ध्येय : आपत्तीग्रस्तांचे आंतरिक परिवर्तनाद्वारे सबलीकरण.
लक्ष्य : सकारात्मक पुनर्रचनेद्वारे मनाचे शुद्धीकरण.
उद्दिष्ट : जागतिक स्तरावर, व्यक्तिगत व सामाजिक संतुलन राखण्यासाठी मानसिक अडथळे दूर करून मानसिक आरोग्य राखणे.

समाजाला ग्रासणाऱ्या दुष्ट शक्तींचा सामना करण्यासाठी मानसिक आरोग्य किमयागार ठरू शकते असा अनूंना विश्वास आहे. या संदर्भातील संशोधनाचे उत्तम परिणाम दिसून आले आहेत.

संकेतस्थळ : www.anuaggarwalfoundation.org

ओम पुरी

नंदिता सी. पुरी

प्रस्तावना : **पॅट्रिक स्वेझ**

अनुवाद : **अभिजित पेंढारकर**

'अनलाइकली हिरो' या पुस्तकात ओम पुरी यांचे खासगी आयुष्य,
त्यांनी केलेला संघर्ष, त्यांची अस्वस्थता, त्यांच्या हृदयातील वेदना
यांचे दर्शन घडते. पंजाबातून डोळ्यांत स्वप्ने घेऊन आलेला
मुखदुर्बळ कलाकार, 'एनएसडी'मधील जातिवंत 'फ्लर्ट',
खाण्याचा शौकीन व उत्तम कूक आणि पूर्णतः कुटुंबवत्सल माणूस!
ओम पुरी यांची ही विविध रूपे या पुस्तकात पाहायला मिळतील.
कुटुंबातील सदस्यांबरोबरच्या गमतीदार प्रसंगांची मालिका,
भारतीय आणि ब्रिटिश चित्रपटसृष्टीतील व्यक्तींच्या सहवासातील
अनेक धक्कादायक घडामोडी, प्रेमप्रकरणांतील रहस्य यांचा उलगडा
या पुस्तकातून होईल. अतिशय दुर्मीळ आणि वैशिष्ट्यपूर्ण छायाचित्रांचाही
आस्वाद घेता येईल. मार्मिक, प्रामाणिक आणि उत्साहपूर्ण शैलीत
लिहिलेली ही कहाणी म्हणजे देशातील एका गुणवंत कलाकाराच्या
कार्याचा केलेला गौरव आहे.
'सिटी ऑफ जॉय' या चित्रपटात ओम पुरींसोबत काम केलेल्या
पॅट्रिक स्वेझ या दिवंगत अभिनेत्याने त्यांचा त्याच्या आयुष्यावर पडलेला
प्रभाव पुस्तकात सांगितला आहे. प्रसिद्ध समीक्षक डेरेक माल्कम
यांनी ओम यांची अफाट गुणवत्ता आणि कलेचा प्रचंड परीघ
यांचा आढावा घेतला आहे.
नसीरुद्दिन शाह यांनी 'नॅशनल स्कूल ऑफ ड्रामा'पासून सुरू झालेल्या
त्यांच्या मैत्रीच्या आठवणींना उजाळा दिला आहे.
राष्ट्रीय आणि आंतरराष्ट्रीय चित्रपटांच्या क्षितिजावर ओम पुरी
या ताऱ्याचा उदय होण्याची कहाणीही पुस्तकात वाचायला मिळेल.